INSIGHT PUBLICA®

Nadakkavu, Kozhikode, Kerala
Tel:0495–4020666
www.insightpublica.com
e-mail: insightpublica@gmail.com

Ellam Sutharyamanu

Shaji Karattupara

(Stories-Malayalam)
Cover Painting: K R Babu
First Edition: June 2021

ISBN 978-93-91006-42-6
Published by Insight Publica
Printed by Insightinpublica Printers & Publishers Pvt. Ltd.
₹ 149

എല്ലാം സുതാര്യമാണ്

ഷാജി കാരാട്ടുപാറ

INSIGHT PUBLICA®

സമർപ്പണം

കുഞ്ഞുമനസ്സിന്റെ മൺചിമിഴിലേക്ക് അനുകമ്പയും അക്ഷരമധുരവും
ഇറ്റിച്ചുതന്ന് പ്രകാശപ്പെടുത്തിയ അച്ഛന്.

എന്റെ തോന്ന്യാസങ്ങളെ കടുത്ത വാക്കുകൾ കൊണ്ട്
രഹസ്യമായി വിമർശിച്ചിരുന്ന അമ്മയ്ക്ക്.

എന്നെ സഹിക്കുന്ന ഭാര്യക്ക്.

അച്ഛനെ സ്നേഹിച്ചു വഷളാക്കുന്നത്
അമ്മയാണെന്നു പറയുന്ന മക്കൾക്ക്.

എഴുതിയ കഥകളെല്ലാം ചേർത്തൊരു പുസ്തകമാക്കാൻ നിരന്തരം
നിർബന്ധിച്ചുകൊണ്ടിരുന്ന ചിരകാല സുഹൃത്തുക്കൾക്ക്.

കോഴിക്കോട് ജില്ലയിലെ തിരുവമ്പാടി പഞ്ചായത്തിൽ ജനനം. പൊന്നാങ്കയം എസ്. എൻ. എം. എൽ. പി. സ്കൂൾ, കൂടരഞ്ഞി സെന്റ്സെബാസ്റ്റ്യൻസ് ഹൈസ്കൂൾ എന്നിവിടങ്ങളിൽ പള്ളിക്കൂട പഠനം. കോഴിക്കോട് ഗവൺമെന്റ് ആർട്സ് കോളേജിൽ നിന്ന് മലയാളത്തിൽ ബിരുദം. മൈസൂർ യൂണിവേഴ്സിറ്റിയിൽ നിന്ന് പത്രപ്രവർത്തനത്തിൽ ഡിപ്ലോമ. പിന്നെ പാരലൽ കോളേജിൽ അദ്ധ്യാപകവേഷം. തുടർന്നൊരു നാട്ടുവിടൽ സൗദിയിലേക്ക്. മൂന്നുകൊല്ലം അവിടെ. തിരികെയെത്തി വീണ്ടും മാഷായി. ഒപ്പം മംഗളം പത്രത്തിന്റെ പ്രാദേശിക ലേഖകനും. സിനിമ മംഗളമെന്ന ചലച്ചിത്ര വാരിക തുടങ്ങിയപ്പോൾ അതിലേക്കൊരു സ്ഥാനക്കയറ്റം. മധുവയ്പനയെന്ന പത്രാധിപരുടെ കീഴിൽ തുടക്കം. മൂന്നു പതിറ്റാണ്ടോളം ചലച്ചിത്ര പത്രപ്രവർത്തകനായി പണിയെടുത്തു. ആ പണിയ്ക്ക് ശാന്താദേവി പുരസ്കാരമടക്കം നാല് സംസ്ഥാന അവാർഡുകൾക്കും വിധേയനായി.

കുടുംബചരിതം: ഭാര്യ-തങ്കമണി ഓമശ്ശേരി അൽഇർശാദ് ഹയർസെക്കണ്ടറി സ്കൂളിൽ അദ്ധ്യാപിക.

മക്കൾ: അപർണ്ണ, അക്ഷയ്, മരുമകൻ-ജിജേഷ്, പേരക്കുട്ടി-ഗ്യാൻദേവ് ഇവരെല്ലാം ദുബായിലും അബുദാബിയിലുമായി ജീവിയ്ക്കുന്നു.

വിലാസം: ഷാജി കാരാട്ടുപാറ
അക്ഷരം
പുന്നയ്ക്കൽ പോസ്റ്റ്
തിരുവമ്പാടി
കോഴിക്കോട് ജില്ല-673603

ഫോൺ: 9447300579, 9061093069

ഇമെയിൽ: skarattupara@gmail.com

ഷാജി കാരാട്ടുപാറ

ഉള്ളടക്കം

കഥകൾ

ആമുഖം

ഇതെന്റെ ആദ്യത്തെ പുസ്തകം. പലകാലങ്ങളിലെഴുതിയ, ചെറുതും ചെറുതല്ലാത്തതുമായ, പല പ്രസിദ്ധീകരണങ്ങളിൽ അച്ചടിമഷി പുരണ്ടതും അയച്ചിട്ട് ഭിത്തിയിലേക്കെറിഞ്ഞ റബ്ബർപന്തുപോലെ തിരികെ വന്നതുമായ കുറെ കഥകൾ. അഥവാ കഥയില്ലായ്മകൾ.

മലയാള ചെറുകഥ ലോകം കുതിച്ച മുന്നേറിയ വഴിയിലൂടെ ഒരു അലസഗമനം. അല്ലെങ്കിൽ ആമയെ പോലെയൊരു ഇഴഞ്ഞുനീങ്ങൽ.

ഈ സമാഹാരത്തിന് അവതാരിക എഴുതിത്തന്ന ചെന്നൈ കേരള വിദ്യാലയം ഹയർ സെക്കണ്ടറി സ്കൂളിലെ അദ്ധ്യാപകനായ ഡോ. കെ. ജെ. അജയകുമാറിനും ആസ്വാദനക്കുറിപ്പ് നൽകിയ കുത്തുപറമ്പ് നിർമലഗിരി കോളേജിൽ നിന്നു വിരമിച്ച ഡോ. ജയിംസ് പോളിനും പടങ്ങൾ വരച്ചുതന്ന ചുമർചിത്രകലാകാരൻ കെ. ആർ. ബാബുവിനും പ്രസിദ്ധീകരണം നിർവഹിച്ച ഇൻസൈറ്റ് പബ്ലിക്കയുടെ എല്ലാമായ സുമേഷ് ഇൻസൈറ്റിനും അച്ചടിയുടെ പ്രാരംഭ ജോലികൾ ചെയ്തു തന്ന തിരുവമ്പാടിയിലെ സ്പിൻ കോർ ഷനോജിനും അഞ്ജുവിനും എന്റെ കൂപ്പുകൈ.

കഥ പറയുന്ന കാരാട്ടുപാറ

ഡോ. ജെയിംസ് പോൾ

കോഴിക്കോട്ജില്ലയിലെ കൂടരഞ്ഞി പഞ്ചായത്തിന്റെ അതിർത്തിഗ്രാമമാണ് കാരാട്ടുപാറ. തിരുവമ്പാടി വഴി കൂടരഞ്ഞിയിലേക്ക വരുമ്പോൾ കരിങ്കുറ്റിജംഗ്ഷനിൽനിന്നുംതിരിഞ്ഞ് വടക്കോട്ടു പോകുന്ന മലയോരഹൈവേ ഒരു മലഞ്ചിരിവിലെത്തിയാൽ കാരാട്ടുപാറയായി. മലയോരകുടിയേറ്റചരിത്രത്തിലോ കേരളസംസ്ഥാനചരിത്രത്തിലോഇടംപിടിക്കത്തക്കതായി എന്തെങ്കിലുംസംഭവവികാസങ്ങൾ ഈ ഗ്രാമത്തേക്കുറിച്ച് രേഖപ്പെടുത്തപ്പെട്ടിട്ടുള്ളതായി എന്റെഅറിവിലില്ല. പക്ഷേ കുടിയേറ്റ ഗ്രാമത്തിൽ ആദ്യകാലത്ത് വളർച്ചമുരടിച്ചുനിന്ന കമ്മ്യൂണിസ്റ്റ് പാർട്ടിയുടെ ഏതാനും നേതാക്കൾ ഈ നാട്ടിലുണ്ടായിരുന്നു. മലയോര നസ്രാണികൾക്ക് പൊതുവേ വിപ്രതിപത്തിയുള്ളവരായിരുന്നു അവരെന്നതിനാൽ മുഖ്യധാരയിലേക്ക് പാർട്ടി എത്താൻ പിന്നെയും ഒരുപാടുവൈകി.

കൂടരഞ്ഞി ഗ്രാമവാസികൾക്ക് കാരാട്ടുപാറ എന്ന സ്ഥലനാമം ഓർത്തെടുക്കാനാകുക അവിടെ പ്രവർത്തിച്ചിരുന്ന എസ് എൻഡിപി ശാഖായോഗത്തിന്റെ പരിപാടികളുമായി ബന്ധപ്പെട്ടാണ്. ചതയദിനത്തിനും മറ്റും വിപുലമായ സാംസ്കാരിക പരിപാടികളും വിൽക്കലാമേളയും നാടകവുമൊക്കെ നാട്ടുകാരെ കാരാട്ടുപാറയിലേക്കാകർഷിക്കാൻ പര്യാപ്തമായിരുന്നു. ആ കൂട്ടങ്ങളിലെവിടെയോ ഞാൻ കണ്ടുമുട്ടിയ ഒരു ചെറുപ്പക്കാരനായിരുന്നു ഷാജികാരാട്ടുപാറ എന്ന തൂലികാനാമംകൊണ്ട് ശ്രദ്ധേയനായിത്തീർന്ന പി എൻ ഷാജി.

ഒരേദേശവാസികളായിരുന്നിട്ടും ഒരേ സ്കൂളിലാണ് പഠിച്ചിരുന്നതെങ്കിലും ഞങ്ങൾ അടുത്ത കൂട്ടുകാരാകുന്നത് 1981 ൽ കോഴിക്കോട് ഗവൺമെന്റ് ആർട്സ് ആന്റ് സയൻസ് കോളേജിൽ ബിരുദത്തിന് ചേർന്ന് ഒരേമുറി പങ്കിട്ട ജീവിതം തുടങ്ങുമ്പോൾ മാത്രമാണ്. അക്കാലങ്ങളിൽത്തന്നെ ചെറു പ്രസിദ്ധീകരണങ്ങളിൽ ഷാജി കാരാട്ടുപാറയുടെ നുറുങ്ങുകഥകൾ വന്നുതുടങ്ങിയിരുന്നുവെന്നാണോർമ്മ. മിനിക്കഥാശാഖ അത്രയൊന്നും പോപ്പുലർ ആയിത്തുടങ്ങാത്ത കാലമാണ്. രാത്രി ഒരുചെറുബീഡിയും പുകച്ച് ന്യൂസ്പ്രിന്റ് പേപ്പറിൽ ചരിഞ്ഞ വടിവൊത്ത അക്ഷരങ്ങളിലുള്ള ഷാജിയുടെഎഴുത്ത് തെല്ലൊരു അസൂയയോടെയല്ലാതെ എനിക്ക് നോക്കിനിൽക്കാൻ കഴിഞ്ഞിരുന്നില്ല. എന്തെങ്കിലും എഴുതിത്തെളിയണമെന്ന വാശിയിൽ ഞാനും കടലാസും പേനയുമെടുത്തിരിക്കും. രാഷ്ട്രഭാഷയിൽ ബിരുദം പയറ്റുന്ന എനിക്ക് മലയാളം വഴങ്ങുന്നേയില്ല. എങ്കിലും മനസിൽതോന്നുന്നതൊക്കെ എഴുതിവെച്ച് ഷാജിയെ കാണിക്കും. അവൻ വായിച്ചുനോക്കി പേനയെടുത്ത് വെട്ടുതുടങ്ങും. ഞാൻ തെല്ലപകർഷതയോടെ അവനുമുന്നിൽ തലകുനിച്ചുനിൽക്കും. എന്റെ തലകുണ്ടിലേക്ക് താണുപോകും.

ഷാജിയുടെ കത്രികപ്രയോഗത്തിനു വിധേയമായ എന്റെ ഒന്നുരണ്ട് എഴുത്തുകൾ (കഥപോലെ) മീഞ്ചന്തയിൽ നിന്നും അക്കാലത്തിറങ്ങിയിരുന്ന ജനസഹായിമാസികയിൽ പ്രസിദ്ധപ്പെട്ടു. തങ്ങളുടെ ദുർബ്ബലശിഥിലമനോവ്യാപാരങ്ങൾ അച്ചടിമഷി പുരണ്ടുകാണുന്നതിലെ നിർവൃതി അനുഭവിക്കുക എന്ന ഏക ലക്ഷ്യമേ ഞങ്ങൾക്കുണ്ടായിരുന്നുള്ളൂ. എഴുത്തിൽ നിരന്തരമായി ശ്രമങ്ങൾ നടത്തിക്കൊണ്ടിരുന്ന ഷാജിയുടെ ഏതാനും മികച്ച കഥകൾ കലാകൗമുദിയുടെ കഥ മാസികയിൽ അച്ചടിച്ചുവന്നിരുന്നു. ഒരു പ്രോമിസിംഗ് റൈറ്റർഎന്നു പറയാവുന്നവിധം ഷാജിയുടെഎഴുത്തുകൾക്ക് നിയതമായ ഒരുആവിഷ്ക്കാരശൈലിയും ഭാഷാഘടനയും രൂപപ്പെട്ടുവരുന്നുണ്ടായിരുന്നു. ബിരുദപഠനത്തിന്റെ അവസാനവർഷം ഞങ്ങളിരുവരും പരുമല പമ്പാതീരത്ത് നടന്ന പു ക സാ യുടെ സംസ്ഥാന ചെറുകഥാക്യാമ്പിൽ പങ്കെടുത്തു. പിന്നീട് കഥാലോകത്ത് നിത്യസാന്നിധ്യമായിമാറിയ അശോകൻ ചെരുവിൽ, ടീ വീകൊച്ചുവാവ, വത്സലൻ വാതുശ്ശേരി, അബു ഇരിങ്ങാട്ടിരിമുതലായവർ ആക്യാമ്പിൽ അംഗങ്ങളായിരുന്നു. ഷാജിയുടെ കഥകൾ അവിടെവെച്ച് പലരാലും പ്രശംസിക്കപ്പെട്ടു. എഴുത്തിലെ സാഹസികതയും അത്യദ്ധ്വാനവും തിരിച്ചറിഞ്ഞതിനാൽ ഞാൻ എന്നെന്നേക്കുമായി കഥയെഴുത്തിനോട് വിടപറയുകയുംചെയ്തു.

ഇതിന്നിടയിൽ നാട്ടിലെ എസ് എൻഡി പി വക നാടക അഭിനയം, കലാസാംസ്കാരികപ്രവർത്തനങ്ങൾ, ഇതര സാഹിത്യകൂട്ടായ്മകൾ, കോളേജിലെ നാടകക്യാമ്പുകൾ, ശാസ്ത്ര സാഹിത്യ പരിഷത്, കലിക്കറ്റ്സർവ്വകലാശാലായൂണിയന്റെ കലാ-സാസ്കാരികജാഥ മുതലായവയിലൊക്കെ ഞങ്ങളിരുവരും പങ്കാളികളായി. കോഴിക്കോട് നഗരവും മീഞ്ചന്ത ആർട്സ്കോളേജും മലയോരനിവാസികളായ രണ്ടുവിദ്യാർത്ഥികളെ മൂന്നുവർഷംകൊണ്ട് നാഗരികതയുടെ നാനാർത്ഥങ്ങൾ പഠിപ്പിച്ചുകഴിഞ്ഞിരുന്നു.

കോഴ്സുകഴിഞ്ഞ് ഞാൻ ഉപരിപഠനാർത്ഥം ഉത്തരേന്ത്യയിലേക്കും ഷാജിജീവനോപാധി കണ്ടെത്താൻ ഗൾഫിലേക്കും പോയി. ഇടക്കെല്ലാം ചില പ്രസിദ്ധീകരണങ്ങളിൽ ഷാജിയുടെ കഥകൾ പ്രത്യക്ഷപ്പെട്ടു. പക്ഷേ അവ എണ്ണത്തിൽ വളരെക്കുറവായിരുന്നു. ഞങ്ങളിരുവരും ഏറെക്കുറെ ഒരേസമയം തിരിച്ചെത്തി, അടുത്തടുത്ത ദിവസങ്ങളിൽ വിവാഹിതരാകുകയും അടുത്തടുത്ത് വീടെടുത്ത് താമസിക്കുകയും ചെയ്തു. ഞാൻ നാടകഗവേഷണത്തിലേക്ക് തിരിഞ്ഞപ്പോൾ ഷാജി കൃഷിക്കൊപ്പം പ്രാദേശിക പത്രപ്രവർത്തനത്തിലും മുഴുകി.

കൃത്യാന്തരബാഹുല്യമോയെന്നറിയില്ല കഥയെഴുത്തിൽ ഷാജിക്ക് ദീർഘമായ ഇടവേളകളുണ്ടായി. കാരാട്ടുപാറക്കും ഷാജിയുടെ തറവാട് വീട്സ്ഥിതിചെയ്യുന്ന, നാലുചുറ്റും ചെറുപുഴയൊഴുകുന്ന തുരുത്തിനും സമീപത്തുള്ള ഒട്ടൊരുപാടു മനുഷ്യരെ, അവരുടെ ജീവിതാവസ്ഥകളെ, ചുട്ടുപൊള്ളുന്ന പാറയിൽ കപ്പ ചിക്കുന്ന കുടിയേറ്റ കർഷകന്റെ ആഗ്നേയ ഗ്രന്ഥികളിലെകടുത്ത കാമത്തെ പലപ്പോഴും ഒരു കാരിക്കേച്ചറുകാരന്റെ കരവിരുതോടെ ഷാജി എഴുതിവെക്കുന്നു, വളരെകുറച്ച്, വളരെകുറച്ച് മാത്രം.

മാധ്യമപ്രവർത്തനം ഫ്രീലാൻസായി ചെയ്യുന്ന ഷാജിയുടെഉള്ളിൽ സംഭവങ്ങളെ ആ വിധത്തിൽകാണുവാനുള്ള നിർവൈയ്യക്തികമായ ഒരു മാനസികതലമുണ്ട്. ഒരു കാഴ്ചക്കാരന്റെയോ നിരീക്ഷകന്റെയോ ആയ വൈയ്യക്തികതലം. അതുകൊണ്ടുതന്നെ സംവേദനം അസാധ്യമാക്കുന്ന ക്ലിഷ്ട പ്രതീകങ്ങളോ അനാവശ്യ ഗൃഹാതുരതയോ ശീലിച്ചുപഴകിയ ഭാവുകത്വമോഎവിടെയും കാണാൻ വായനക്കാർക്ക് കഴിയില്ല. കഥാപാത്രങ്ങളുടെ ഉള്ളിൽ കടക്കാതെ അകന്നുനിന്ന് അവരോട് ഐക്യപ്പെടാനുള്ള ആർജ്ജവമേ ഷാജി എഴുത്തിൽ പുലർത്തുന്നുള്ളൂ. അതുകൊണ്ടുതന്നെ അധിക കഥകളുംവളരെ ചെറുതാണ്.

കോഴിക്കോട്ടെ പട്ടണപ്രവേശനക്കാലത്ത് കണ്ടുമുട്ടാൻ കഴിഞ്ഞ സുഹൃത്തുക്കളിൽ മിക്കവരുംഇപ്പോഴും ഞങ്ങൾക്കിരുവർക്കുമൊപ്പമുണ്ട്.

മദിരാശിയിലേക്ക് പോയ കെജെഅജയനും സുഹാസിനിയും, രാഷ്ട്രീയ - തത്വചിന്തകൻ ഡോആസാദ്, പത്രപ്രവർത്തകൻ വേണു അടിവാരം, കോവൂരുള്ള ആത്മമിത്രം സോമൻ, തൃശ്ശൂരെ അഷറഫ്ഇവരൊക്കെ എനിക്കും ഷാജിക്കുമൊപ്പം അന്നുമുണ്ടായിരുന്നു, ഇന്നുമുണ്ട്.

ആയുസ്സിലാകെ എഴുതിക്കൂട്ടിയ രചനകളാണ് ഷാജി ഇവിടെസമാഹരിക്കുന്നത്. എണ്ണത്തിൽ അവ വളരെ കുറവുതന്നെയാണ്.എങ്കിലും കാരാട്ടുപാറയുടെ വെളിമ്പറമ്പുകളെ, എന്റെ ഗ്രാമത്തിന്റെഅടിവേരുകളെ, വൈവിധ്യങ്ങളെ, അതിന്റെ മാനുഷിക ഹൃദ്സ്പന്ദനങ്ങളെ അത് ചെറിയ അളവെങ്കിലും പ്രകാശിതമാക്കുന്നുണ്ട്. സർഗാത്മകതയുടെ ഒരു ചെറുവെളിച്ചം ഞങ്ങളുടെ നാട്ടിൽ അങ്ങനെ മുനിഞ്ഞുകത്തുന്നുണ്ട്. ഭാവുകങ്ങൾ കൂട്ടുകാരാ...

ഓർമ്മകളെ നനയ്ക്കുന്ന മഴ

ഡോ. കെ. ജെ. അജയകുമാർ

എത്ര കാലം നടന്നു തീർത്താലും ഒഴിയാതെ നിൽക്കുന്ന ഓർമ്മകളുടെ ഭാണ്ഡക്കെട്ട് കൂടെയില്ലാത്തവർ ആരുമുണ്ടാവില്ല. ഓർമ്മകളുടെ തണലുകൾ ജീവിതത്തിന്റെ നാൾവഴികളിൽ ആശ്വാസമേകാറുണ്ടെങ്കിലും അവയെല്ലാം തിരിച്ചുപിടിക്കാനാവില്ലല്ലോ എന്ന വിങ്ങൽ നമ്മെ വിഷാദത്തിലേക്കെത്തിക്കാറുണ്ട്. അത്തരം വിഷാദങ്ങളേൽപ്പിക്കുന്ന നൊമ്പരങ്ങളോടുള്ള സമരമാണ് ഷാജി കാരാട്ടുപാറയുടെ കഥകളിലുള്ളത്.

നമ്മുടെ കഥ നടന്ന് തീർത്ത വഴികളെക്കുറിച്ചുള്ള ആലോചനകളുടെ ഭാരമൊന്നും ഈ കഥാകാരൻ പേറുന്നില്ല. അതു കൊണ്ടു തന്നെ ഷാജിയുടെ എഴുത്ത് സ്വന്തം ജീവിതത്തോടു പുലർത്തുന്ന സത്യസന്ധതയാണെന്ന് മനസ്സിലാക്കാനാവും. അതങ്ങനെയായിരിക്കുമ്പോൾത്തന്നെ എത്തരത്തിലാണാ രചനകൾക്ക് സർഗാത്മകമാനം കൈവരുന്നത് എന്ന ആലോചനയാണ് ഈ കുറിപ്പിൽ നടത്താനുദ്ദേശിക്കുന്നത്.

തീർച്ചയായും നാമോരുത്തരും നടന്നു തീർക്കേണ്ട വഴികൾ തന്നെയാണ് ഗൃഹാതുരത്വത്തിന്റേത്. അതേസമയം നമ്മുടെ വളർച്ച അവകളെ മറന്നു കൊണ്ടാവരുത് എന്നോർമ്മിപ്പിക്കുന്ന കുറെ കഥകളുണ്ടീ സമാഹാരത്തിൽ. അതിലൊന്നാണ് 'കാലമിനിയുമുരുളും' എന്ന കഥ. 'തിങ്ങിവിങ്ങിയും മിന്നിത്തെളിഞ്ഞും വശക്കേടിലാക്കുന്ന 'ഓർമ്മകളുടെ അസ്വസ്ഥതയിലിരിക്കുന്ന കഥാകൃത്തിന്റെ വിചാരങ്ങളാണ് കഥ. കൗമാരജീവിതത്തിന്റെ ഗന്ധങ്ങൾ നിറഞ്ഞു നിൽക്കുന്ന കഥയാണിത്.

തികച്ചും സൂക്ഷ്മമായാണ് ഓർമ്മകളെ വീണ്ടെടുക്കാൻ കഥാകൃത്ത് ശ്രമിക്കുന്നത്. ഇതെഴുന്ന ഞാനും ഈ ഓർമ്മകളിൽ / ഓർമ്മകളുടെ കഥകളിൽ ഒരു പാത്രമായി വേഷമിട്ടിരുന്നുവല്ലോയെന്ന ഓർമ്മ എന്നെയും ഇതിന്റെ വായനയിൽ ചേർത്തുനിർത്തുന്നുണ്ട്. ഒരു പക്ഷെ നേരിട്ട് പങ്കാളികളല്ലാത്തവരിലേക്കും പോയ കാലത്തെ പകുക്കാൻ ഷാജിക്ക് കഴിയുന്നുണ്ടെന്നു പറയാം.

തികച്ചും സാധാരണമായ ജീവിതപരിസരങ്ങളെയാണ് ഷാജി വരച്ചിടാൻ ശ്രമിക്കുന്നത്. ചിലതൊക്കെ ഇതിലെന്ത് കഥയെന്ന് തോന്നിപ്പിക്കുന്നവയുമാകാം. അത്തരത്തിലൊന്നാണ് മനഃപ്രയാസം എന്ന കഥ. നമ്മളെയൊക്കെ ജീവിപ്പിക്കുന്നത് തന്നെ ഏതൊക്കെയോ ബോധ്യങ്ങളും തിരിച്ചറിവുകളുമാണല്ലോ. ഒരു അനുരാഗത്തിന്റെയനുഭവം സൃഷ്ടിച്ച മന:സംഘർഷം ഒരു തരത്തിൽ എല്ലാ മനുഷ്യനും നേരിടുന്ന ഒന്നു തന്നെ. വിപണനം എന്ന കഥ കമ്പോളം നമ്മുടെ ജീവിതത്തിൽ ഇടപെടുന്നതിനെ പരിഹസിക്കുന്ന രചനയാണ്.

ശീർഷകം പോലെ തന്നെ ധ്വന്യാത്മക സൗന്ദര്യമുള്ള കഥയാണ് 'ഒരു കരിശ് മഴ നനയുന്നു' എന്നത്. ഈ കഥയിലും മനുഷ്യജീവിതത്തിന്റെ അവ്യാഖ്യേയവും അതേ സമയം സൂക്ഷ്മവുമായ വൈകാരികതലങ്ങളെത്തന്നെയാണ് ഷാജി പ്രമേയമാക്കുന്നത്. സ്ത്രീ പുരുഷബന്ധത്തിലെ ശാരീരികവും ആത്മീയവുമായ തലങ്ങൾ തന്നെയാണിതിലും. പങ്കാളിയിൽ കൗതുകമുണർത്തുന്ന 'അയാളുടെ ദേഹത്ത് ഓടിക്കളിക്കുന്ന കറുത്ത മുയൽക്കുട്ടികളും തിളങ്ങുന്ന വിയർപ്പും', 'ആഗ്രഹത്തിന്മേൽ പാറി വീണ ചാറ്റൽമഴ', 'അയാളുടെ തലയ്ക്കു ചുറ്റും ഒഴുകി നടന്ന നീലനിറം കലർന്ന വെളുത്ത പുക', 'നെഞ്ചിൽ നിറയണമെന്നാശിച്ച വിശുദ്ധമറിയത്തിന്റെ രൂപം', 'തിളങ്ങുന്ന കണ്ണുകളുമായി പ്രവേശിക്കുന്ന മുയൽ കുട്ടികൾ', 'കുന്തിരിപ്പുക അണിയിച്ച നിസ്സഹായതയുടെ പുതിയ ശിരോവസ്ത്രം' എന്നിങ്ങനെയുള്ള രൂപകകല്പനകളുടെ സമൃദ്ധിയുള്ള കഥയാണിത്. വിഷയമാവട്ടെ ഉള്ളിൽ അലയടിക്കുന്ന പ്രണയവും രതിയും പാപബോധവും. ഒരിക്കലുമടങ്ങാത്ത അലകളാണ് ഇവിടെ കഥയാവുന്നത്. കഥയെഴുത്തിന്റെ വഴിയിൽ ഏറെ സാധ്യതകളുണ്ടായിരുന്ന എഴുത്തുകാരനായിരുന്നു ഷാജി എന്ന തോന്നലാണ് ഈ കഥ വായിക്കുമ്പോഴുണ്ടാവുന്നത്. ഇനിയുള്ള രചനകളിൽ തികച്ചും വ്യത്യസ്തമായ, ജീവിതത്തിന്റെ ഉള്ളം അനാവരണം ചെയ്യുന്ന ചുവടുകൾ ഈ കഥാകാരനിൽനിന്ന് പ്രതീക്ഷിക്കുകയാണ്.

നേരത്തേ സൂചിപ്പിച്ചതു പോലെ കൗമാരത്തിന്റെ ഓർമ്മകളിലേക്കുള്ള പിന്മടക്കം നൊമ്പരസ്മൃതികളോടെ കോറിയിട്ടിരിക്കുന്ന ഒരു

കഥയാണ് 'ആകെ മാറിപ്പോയി ' എന്നത്. ജോലിയുടെ ഭാഗമായി പഴയ കാമ്പസിലെത്തിയ കഥാകാരൻ ഗൃഹാതുരസ്മൃതികളിൽ ബന്ധിതനായി നിന്നു പോയ അവസ്ഥയാണിതിൽ.

ആദ്യരാത്രിയുടെ പ്രണയ ലഹരിയുടെ ചിത്രീകരണമായ 'അവനും അവളും', കടബാധ്യതയുണ്ടാക്കുന്ന ദുരിതപർവത്തെ ആക്ഷേപഹാസ്യ മാക്കുന്ന 'ഒന്നാം പ്രതി', ബാല്യത്തിലെ ഉത്സവങ്ങളെ തിരിച്ചു പിടിക്കുന്ന 'പടക്കം പൊട്ടുന്നു' തുടങ്ങി നിത്യജീവിതത്തിന്റെ പരിസരങ്ങളിൽ നിന്ന് കണ്ടെടുത്ത ഒരു പാട് കഥകളുണ്ടിതിൽ. ജീവിലോകം (നാണം, പൂച്ച യാണെങ്കിലും തുടങ്ങിയവ ഉദാഹരണം), കാർഷിക ജീവിതം (കൃഷി, ടാപ്പിങ് തുടങ്ങിയവ) ഒക്കെ കഥാകാരന്റെ തല്പര വിഷയങ്ങളാണ്. ആ അർത്ഥത്തിൽ വിവിധങ്ങളായ ജീവിത മുഖങ്ങളെ ഈ കഥാലോകം ഉൾക്കൊള്ളുന്നുണ്ടെന്ന് പറയാം.

പ്രമോഷനുകളുടെ കാലമാണ് നമ്മളുടേത്. ജീവിതത്തിലേക്ക് തിള ക്കമുള്ള സ്വപ്നങ്ങൾ ചേക്കേറിയിരിക്കുന്നു. സാധാരണതകൾ, സ്വാഭാവി കതകൾ മതിയാവാതെ വന്നിരിക്കുന്നു നമ്മൾക്ക്. ഊതിവീർപ്പിക്കപ്പെട്ട പൊലിമകളിൽ തിളങ്ങിത്തിളങ്ങി നാളുകൾ കഴിച്ചുകൂട്ടാൻ, അയഥാർ ത്ഥമായ മിനുക്കങ്ങളിൽ പൊലിമപ്പെടാൻ വെമ്പുന്ന വർത്തമാനകാല ജീവിതമാണ് 'പ്രമോഷൻ' കഥകളിൽ പരിഹാസവിധേയമാവുന്നത്. സോപ്പുകുമിളകൾ പോലെ നൈമിഷികമാണ് ഈ വർണശബളി മകൾ എന്നോർമ്മിപ്പിക്കാനാണ് കഥാകൃത്ത് ശ്രമിക്കുന്നത്. 'ലാൻഡ് ലൈൻ പെട്ടി ഉറുമ്പുകൂടുകളായി മാറിയപ്പോൾ നിവൃത്തികേട് കൊണ്ട്" മൊബൈൽ ഫോൺ വാങ്ങിയവന്റെ മുമ്പിലെത്തി ചാനലിലെ ഡാൻസ് റിയാലിറ്റി ഷോയിൽ പങ്കെടുക്കുന്ന പെൺകുട്ടിക്ക് എസ്. എം. എസ് ചെയ്യാനുള്ള അഭ്യർത്ഥന നടത്തുന്നവരോട് നിങ്ങളൊക്കെ ആരാണെന്ന് ചോദിച്ചപ്പോൾ മറുപടി : 'ആരുമല്ല, എംബിഎ ക്കാരാ.. പ്രമോഷൻ വർക്ക്" എന്നായിരുന്നു.

ഇങ്ങനെ ജീവിതാനുഭവങ്ങളുടെ പല അടരുകളും കഥകളായിത്തീ രുന്നുണ്ട്. ഈ സമാഹാരത്തിലെ ശാന്തിപർവം എന്ന കഥ ശീർഷകം സൂചിപ്പിക്കുന്നതു പോലെ ആരവങ്ങളൊഴിഞ്ഞ ഒരു ജീവിതത്തിന്റെ ശാന്തമായ അന്ത്യത്തെയാണ് അവതരിപ്പിക്കുന്നത്. കഥാകൃത്തിന്റെ ജീവിതദർശനം അടയാളപ്പെട്ടിട്ടുള്ള ഒരു കഥയാണിതെന്ന് പറയാം. ജീവിതം ആഘോഷിച്ചു നടന്ന ഒരാളിന്റെ (വല്യപ്പൻ) അന്ത്യമാണിതിൽ. ബന്ധങ്ങളുടെ വൈകാരികതലവും കാലം ശരീരത്തിലുണ്ടാക്കുന്ന മാറ്റവും ബന്ധങ്ങളുടെ അർത്ഥശൂന്യതയും നിർമ്മമതയോടെ അവത രിപ്പിക്കപ്പെടുന്നുണ്ടിതിൽ. വെള്ളരിമല, മണൽക്കാറ്റു വീശുന്നു, ഒരു

മഴയുടെ ഓർമ്മക്ക്, മുനീറ, ജയചന്ദ്രിക തുടങ്ങിയ കഥകളിലൊക്കെ വൈകാരിക ബന്ധങ്ങളുടെ നനവും നൊമ്പരങ്ങളുമുണ്ട്. ചില സൂചന കളിലൂടെ ബന്ധങ്ങളുടെ സൂക്ഷ്മതലങ്ങളെ ധ്വനിപ്പിക്കുന്ന ആഖ്യാനരീ തിയാണ് ആ കഥകൾക്കൊക്കെയുള്ളത്.

കാട്ടാളൻ ആദികവിയായതിനെക്കുറിച്ചുള്ള (വാത്മീകിയായത്) കഥയുടെ പാരഡിയാണ് പൈങ്കിളി എന്ന കഥ. പുതിയ ആഖ്യാനത്തിൽ കഥാകാരൻ വരുത്തുന്ന മാറ്റങ്ങളിൽ കാലത്തിനനുസരിച്ചുള്ള കാമന കളുടെ അംശമുണ്ട്. ജീവിതത്തെ നോക്കിക്കാണുന്ന ഒരു തരം സറ്റയർ ശൈലിയുമുണ്ട് ഇത്തരം കഥകളിൽ.

ഈ സമാഹാരത്തിൽ നിരവധി മിനിക്കഥകളുണ്ട്. ഷാജിക്ക് കൂടുതൽ വഴങ്ങുന്നതാണ് അത്തരം കഥകളുടെ എഴുത്ത്. ജീവിതാ സക്തികളുടെ നേർച്ചിത്രങ്ങൾ, വെളിച്ചങ്ങളുടെ മറുവശങ്ങൾ ഒക്കെ ഇത്തരം കഥകളിൽ മറനീക്കപ്പെടുന്നുണ്ട്. മിക്കവയും അയഥാർത്ഥ കല്പനകളാണ്. എന്നാൽ യാഥാർത്ഥ്യങ്ങളുടെ പ്രത്യക്ഷീകരണങ്ങ ളുമാണവ. ഭയം, മരവിപ്പ്, സ്വാതന്ത്ര്യത്തിലേക്ക് പറക്കുന്ന മനസ്സ്, രതിയുടെ ലോകം, ജീവിതനാടകത്തിന്റെ എഴുതാപ്പുറങ്ങൾ ഇവയൊ ക്കെയാണ് രണ്ടു സ്വപ്നങ്ങൾ, ഞാൻ ഓട്ടകയാണ്, ഭാഗ്യക്കുറി, തീർത്തും ജൈവവശം തുടങ്ങിയ മിനിക്കഥകളിൽ കഥാകാരൻ കാച്ചിക്കുറുക്കി അവതരിപ്പിക്കുന്നത്.

ചുറ്റുപാടുകളെയും മനുഷ്യാവസ്ഥയുടെ അകപ്പൊരുളുകളെയും കഥകളാക്കുന്ന ഷാജി ജീവിതത്തിന്റെ സാധാരണതകളോട് ചേർന്ന് നിൽക്കുന്ന എഴുത്തുകാരനാണ്. നമ്മിലും ചുറ്റിലുമുള്ള അപ്രസക്തമെ ന്നോ അപ്രധാനമെന്നോ തോന്നുന്നവയെ കഥയാക്കുന്ന എഴുത്തി ന്റെ ലളിതമായ രീതി പുലർത്താൻ ഇദ്ദേഹത്തിന് കഴിയുന്നത് അത് കൊണ്ടാണ്. എങ്കിലും മലയാള കഥ നടന്നെത്തിയ ആഖ്യാനരീതി കളുടെ ഗുണാംശങ്ങളെ ഉൾക്കൊണ്ട് തന്റെ എഴുത്തിൽ പുതുമകളും വൈവിധ്യങ്ങളും വരുത്തുന്നതിൽ ഈ കഥാകാരൻ ഉദാസീനത കാണിച്ചുവെന്ന് പറയാതെ വയ്യ. നമ്മുടെ പുതിയ കഥയിൽ ഇത്ര തന്നെ ശ്രദ്ധേയമല്ലാത്ത പ്രമേയങ്ങളെ അവതരിപ്പിക്കുന്ന കഥകൾ തികച്ചും നൂതനമായ ഭാവുകത്വത്തിന് രൂപം നൽകിയിട്ടുണ്ടെന്നതിന് എത്രയോ ഉദാഹരണങ്ങളുണ്ട്. കഥയെഴുത്തിന്റെ വഴിയിൽ ശില്പതന്ത്രത്തിന്റെ കാര്യത്തിൽ കുറെക്കൂടി ശ്രദ്ധിച്ചിരുന്നുവെങ്കിൽ മലയാളകഥയിൽ ഷാജി കാരാട്ടുപാറക്ക് തനതായ ഒരു ഇടം ലഭിക്കുമായിരുന്നു എന്നു തോന്നുന്നു.

എഴുത്തിന്റെ വഴിയിൽ ഷാജിക്ക് ഭാവുകങ്ങൾ നേരുന്നു.

കഥകൾ

ഒരു കുരിശ് മഴ നനയുന്നു

വിറകുകീറുന്ന ഒച്ച കേട്ടതിനാലാണ് അവർ വരാന്തയിലേക്കെത്തിയത്. പിളരുന്ന വിറകുകൾ മാറ്റിയിട്ടും മുഖത്തെ വിയർപ്പ് ഒരു കൈകൊണ്ട് തുടച്ച് പിന്നെയത് മറ്റുകൈയ്യിലേക്ക് പകർന്നും ജോലി തുടരുന്ന അയാളെ അവർ നോക്കിനിന്നു.

അയാളുടെ ദേഹത്ത് ഓടിക്കളിക്കുന്ന കറുത്ത മുയൽക്കുട്ടികളും തിളങ്ങുന്ന വിയർപ്പും അവരിൽ കൗതുകമുണർത്തി. പെട്ടെന്ന് മുയൽക്കുട്ടികളിലൊന്ന് അവരുടെയുള്ളിലേക്ക് ചാടിക്കയറി കരളിന്റെ ഇരുളിമയിലൊളിക്കുകയും വിയർപ്പ് മഞ്ഞുതുള്ളികളായി നെറ്റിയിലേക്ക് ഇറ്റുവീഴുകയും ചെയ്യവെ നട്ടെല്ലിനുള്ളിലൂടെ എന്തോ ഒഴുകി ദേഹമാകെ വ്യാപിക്കുന്നതായി തോന്നുകയും ചെയ്തു. ആ സുഖമാസ്വദിച്ച് നിൽക്കെ ഒരു സ്ത്രീ ഭക്ഷണപാത്രവുമായി അയാളുടെയടുത്തേക്കു വരുന്നതവർ കണ്ടു. അപ്പോൾ അയാൾ പണിനിർത്തി അവളെ നോക്കിചിരിച്ചത് അവരിൽ നേരിയ ഇഷ്ടക്കേടുണ്ടാക്കി.

കോടാലി അയാൾ തടിയിൽ ചാരിവച്ച് വലതുകൈ ചന്തിയിൽ തുടച്ച് കൈ നീട്ടിയപ്പോൾ അവൾ പാത്രം പിൻവലിച്ചു. പിന്നെ അവളെന്തോ പറഞ്ഞു. അയാൾ നീരസത്തോടെ കിണറ്റുകരയിലേക്കു പോയി വെള്ളം കോരി കൈ കഴുകി വന്നപ്പോൾ ഒരു കുസൃതിച്ചിരിയോടെ അവൾ പാത്രത്തിന്റെ മൂടി തുറന്ന് അയാൾക്ക് നീട്ടി. അയാളത് വാങ്ങി ഒരു മരക്കഷണത്തിലിരുന്നു. അരികിൽ മറ്റൊന്നിൽ അവളും. ഇരുവരും എന്തൊക്കെയോ വാക്കുകൾ കൊറിക്കുന്നുണ്ടായിരുന്നു.

K.R.BABU

സ്ത്രീയും അയാളും തമ്മിലുള്ള ബന്ധത്തെപ്പറ്റി അവർ പലവിധത്തിൽ ചിന്തിച്ചു. ഒടുക്കം അവൾ അയാളുടെ ഭാര്യയാണെന്നും അവർക്കൊരു ആൺകുഞ്ഞുണ്ടെന്നുമുള്ള നിഗമനത്തിൽ അവരെത്തിച്ചേർന്നു.

മുറിയിലേക്ക് തിരികെപ്പോകണമെന്ന അവരുടെ ആഗ്രഹത്തിൻ മേൽ ഒരു ചാറ്റൽമഴ പാറിവീണു. അത് ശക്തിപ്പെട്ടുമെന്നു തോന്നിയപ്പോൾ കുറ്റബോധത്തോടെ കണ്ണുകളടച്ചു. എന്നാൽ മൽസ്യങ്ങളും സർപ്പങ്ങളും മേഞ്ഞുനടക്കുന്നതിനു നടുവിൽ നിൽക്കുന്ന ദിവ്യരൂപത്തെയാണ് അവർക്കു കാണാൻ കഴിഞ്ഞത്. മീനുകൾ മുറിവിൽനിന്നും രക്തം കൊത്തിതിന്നുമ്പോൾ അദ്ദേഹം വേദനകൊണ്ടു പുളയുന്നു. സർപ്പങ്ങൾ ദേഹത്തെ ചുറ്റിവരിയുമ്പോൾ അറപ്പ്എടുത്തുകുടയുന്നു.

പെട്ടെന്ന് കണ്ണ് തുറന്ന് അവർ വെറുപ്പോടെ ഓർത്തു. തന്റെ ബാല്യത്തെ തളർവാതം ബാധിച്ചപ്പോൾ അമ്മ ചെയ്ത നേർച്ചയുടെ ഫലമാണല്ലോ താനിന്ന് അനുഭവിക്കുന്നത്. അവരുടെ വലതുകൈപ്പത്തി അറിയാതെ അടിവയറിനെ തഴുകിയിറങ്ങി.

അയാൾ പാത്രം അവൾക്കു നീട്ടി. അവൾ പാത്രത്തിലേക്കു നോക്കിയതിനുശേഷം അതിലേക്കു കൈചൂണ്ടി എന്തോ പറഞ്ഞു. അയാൾ തലകൊണ്ട് വേണ്ടെന്ന് ആംഗ്യം കാണിച്ചു. അവൾ അരിശത്തോടെ വീണ്ടുമെന്തോ പറഞ്ഞപ്പോൾ അയാൾ അനുസരിച്ചു. അവളുടെ മുഖത്തെ വിജയഭാവം അവർ കണ്ടു. ഭർത്താവിന്റെ ശരീരത്തിന്മേൽ അവനേക്കാൾ അധികാരം അവൾക്കാണെന്നുള്ള കാര്യം വെളിപാടുപോലെ അവരിലേക്കിറങ്ങി. തിരികെ പോവുന്ന അവളെ നോട്ടത്തിലൂടെ അയാൾ യാത്രയാക്കി. പിന്നെയാൾ കൈലിപൊക്കി അണ്ടർവെയറിന്റെ കീശയിൽ നിന്നും ബീഡിയും തീപ്പെട്ടിയുമെടുത്തു. നൂൽ അയച്ചു മുറുക്കി കത്തിച്ചു. നീല നിറം കലർന്ന വെളുത്ത പുക അയാളുടെ തലയ്ക്കു ചുറ്റും ഒഴുകി നടന്നു. സിഗരറ്റെരിയുമ്പോഴത്തെ മണമായിരിക്കുമോ ഇതിനും? താനെവിടെ നിന്നാണ് സിഗരറ്റിന്റെ പുക വാസനയറിഞ്ഞത്? ബസിൽ വെച്ചാണെന്നാണ് ഓർമ്മ.

ബീഡിപ്പുക വായുവിലൂടെ വന്ന് തന്നെ തലോടുന്നുണ്ടോ? കാറ്റ് തനിക്കഭിമുഖമായി വീശിയിരുന്നെങ്കിൽ. പുക കൊണ്ട് അയാൾ വളയങ്ങളുണ്ടാക്കുന്നത് അവൾ കൗതുകത്തോടെ നോക്കി നിന്നു.

ബീഡിക്കുട് അയാളെന്തേ കീശയിലേക്കിടാത്തത്? അവരങ്ങനെ വിചാരിച്ച നിമിഷത്തിൽ തന്നെ അയാളത് അടുത്തു നിന്ന ചെമ്പകമരത്തിന്റെ കവരത്തിൽ വെച്ചു. അവർക്കുവല്ലാത്ത നിരാശ തോന്നി.

അവർ മെല്ലെ മുറിയിലേക്കു മടങ്ങി കട്ടിലിൽ മലർന്നു കിടന്നു.

സ്നേഹത്തെക്കുറിച്ചും നെടുവീർപ്പുകളെക്കുറിച്ചും മൃദുവായ ശരീര സ്പർശനത്തെക്കുറിച്ചും ഗാഢമായ ആലിംഗനത്തെക്കുറിച്ചുമൊക്കെ അവരോർത്തുപോയി.

വിശുദ്ധ മറിയത്തിന്റെ രൂപം നെഞ്ചിൽ നിറയ്ക്കാനവർ മിഴിയടച്ചു. പക്ഷേ അത് അവ്യക്തതയിലേക്കാണ്ടുപോവുകയും പകരം തിളങ്ങുന്ന കണ്ണുകളുമായി മുയൽ കുട്ടികൾ പ്രവേശിക്കുകയും ചെയ്തു. ഒന്നു നിലവിളിയ്ക്കാനോ അരുതെന്നു വിലക്കാനോ കഴിയുന്നതിനു മുമ്പ് അയാളവരെ കോരിയെടുത്തു പറന്നുയർന്നു. അയാളുടെ അവയങ്ങളുടെ ദൃഢത അവരെ നൊമ്പരപ്പെടുത്തി. ക്രമേണ അതൊരു സുഖമുള്ള വേദനയായിത്തീരുകയും നിർവൃതിയദായകമായ ഒരവസ്ഥയിലേക്ക് തുവൽകണക്കെ അവരൊഴുകിപ്പോവുകയും ചെയ്തു.

രാവിലെ ഇടവകപ്പള്ളിയിലേക്ക് മറ്റുപലരോടൊപ്പം അവരുമിറങ്ങി. അഡോറേഷൻ കോൺവെന്റ് എന്നെഴുതിയ വലിയ ഗേറ്റുകടന്ന് മൈതാനത്തിന്റെയരികിലെത്തിയപ്പോൾ പിന്നിൽ നിന്നുമാരോ വിളിച്ചതുപോലെ. അവനോടൊപ്പം ഒരു സ്ത്രീ. അവളുടെ കൈയിലൊരു കുഞ്ഞ്.

പാളച്ചുരടിന്റെ തുമ്പത്തു നിന്നും ഇപ്പോഴും തൂക്കുപാത്രങ്ങൾ പള്ളിക്കിണറ്റിലേക്കു പൊട്ടിവീഴാറുണ്ടോ? അതെടുത്തു കൊടുക്കാൻ ചുണയുള്ള ആൺകുട്ടികൾ ഇപ്പോഴുമുണ്ടാവുമോ?

രാജുവല്ലേ?

അതെ സിസ്റ്റർ.

അവരുടെ നോട്ടം പള്ളി മുറ്റത്തെ പേരയ്ക്കാമാവിലേക്കെത്തി. അച്ചൻ കാണാതെ ആൺകുട്ടികളിന്നും പ്രിയപ്പെവർക്ക് മാങ്ങ പറിച്ചുകൊടുക്കാറുണ്ടാവുമോ? അതു കണ്ടുപിടിച്ചതിന്റെ പേരിൽ അച്ചനെ സ്ഥലം മാറ്റാൻ ആരെങ്കിലും കുരിശ്ശടിയ്ക്കു മുന്നിലെ നേർച്ചപ്പെട്ടിയിൽ കാശിടാറുണ്ടാവുമോ?

മോന്റെ പേരെന്താ? അവർ കുഞ്ഞിനോടു ചോദിച്ചു.

സ്പഷ്ടമല്ലാത്ത ഭാഷയിൽ അവൻ എന്തോ പറഞ്ഞു.

സിസ്റ്റർ പള്ളിയിലേക്കാണല്ലേ? അവൾ പറഞ്ഞു

അതെ. ഇന്നെന്റെ വ്രത സ്വീകരണമാണ്. അവന്റെ കണ്ണിലേക്ക് നോക്കിനിന്ന അവർ ഒന്നുകൂടി ഉറപ്പിച്ചു പറഞ്ഞു. ഞാൻ നിത്യവ്രതം സ്വീകരിക്കുന്നതിനാണ്.

പോട്ടേ.... മോനെ സിസ്റ്ററിന് റ്റാറ്റാ കൊടുക്ക് അവൾ പറഞ്ഞു.

തിരുമുറിവുകൾക്കഭിമുഖമായി നിൽക്കവെ വിശുദ്ധ സെബാസ്റ്റ്യാനോസിന്റെ രൂപക്കൂടിനരികിൽ ഭക്തിപൂർവ്വം നിൽക്കുന്ന അമ്മയെ അവർ അവജ്ഞയോടെ നോക്കി. പിന്നെ വലത്തോക്കു വാടി വീണ ശിരസ്സു നോക്കി കണ്ണുകളടച്ചു. തിരുവചനങ്ങളുടെ മുഴക്കം അവരെ പുതിയ മേലുടുപ്പായി പൊതിഞ്ഞു. കുന്തിരിപ്പുക അവരെ നിസ്സഹായതയുടെ പുതിയ ശിരോവസ്ത്രമണിയിച്ചു.

ഒരു കത്ത് വായിക്കാം

കൂട്ടുകാരാ... ഹേമന്തം, തെരഞ്ഞെടുപ്പ്, അയ്യപ്പൻ വിളക്കുകൾ, ക്രിസ്തുമസ്, പുതുവർഷം, തിരുവാതിര. ഹായ് ആഘോഷങ്ങളുടെ ആഴ്ചകൾ. സകലതും ആശംസിച്ച് നിന്റെ സ്വാസ്ഥ്യത്തിന്റെ ഭദ്രത പരീക്ഷിക്കുന്നില്ല. സുഹൃത്തെ, ഇന്നെല്ലാം നിസംഗതയോടെ കാണാനാവുന്നു. തെരഞ്ഞെടുപ്പ് ഉത്സവമല്ലെന്നും അടിമകൾക്കു വീണുകിട്ടിയ ലൈസൻസുള്ള ആയുധമാണെന്നും ആശിച്ചിരുന്നു. പക്ഷേ അടിമകൾ ഒന്നൊന്നായി ആയുധമെടുത്ത് ആത്മഹത്യ ചെയ്തിരിക്കുന്നു.

വെള്ളക്കുപ്പായക്കാരുടെ ഒരു സംഘം കയ്യടിച്ചും പാട്ടുപാടിയും തെക്കോട്ടു യാത്ര തുടരവെ ഞാൻ അടിമകൾ ആയുധമെങ്ങനെ ഉപയോഗിക്കണമെന്നു പഠിപ്പിച്ചു കൊടുക്കാൻ കഴിയാതെപോയ പുതിയ തലമുറയിലെ ചെറുപ്പക്കാരനായി, തലതാഴ്ത്തി സ്വന്തം വീട്ടുപടിയ്ക്കൽ ആകാശത്തേക്കു മാത്രം നോക്കി കുത്തിയിരിക്കുന്നു.

ഇത് കർമ്മങ്ങളുടെയും അനുഭവങ്ങളുടെയും നേരമാണ്. കൊയ്ത്തിനെക്കുറിച്ചു വ്യാകുലപ്പെടാതെ വിതയ്ക്കുന്നു. എല്ലാ നേരിടാൻ കാലമെനിയ്ക്കു കരുത്തു തരട്ടെ.

അടങ്ങ്....ഛഗ്ലീ അടങ്ങ്...

നീയൊരു നദിമാത്രം

ഒരു ഒഴുക്കുചാൽ, ഒരു കലപ്പക്കീറ്.

ഇത്രയും അയ്യപ്പണിക്കരുടേത്. എന്റെ ഭാഷ്യമിതാ. അടങ്ങ് ആസാദേ അടങ്ങ്. നീയൊരു ജീവി മാത്രം. ഒരു മനുഷ്യൻ ഒരു പുഴ.

തിരിച്ചറിവിന്റെ നേരങ്ങളിൽ ജന്മരഹസ്യങ്ങളുടെ അർത്ഥം തിരയുന്ന പ്രജ്ഞയിൽ നിന്നും ഞാനൊരു വരി കണ്ടെടുക്കും. അതിങ്ങനെയായിരിക്കും. ആസാദേ നീ ജീവിച്ചതുകൊണ്ടും മരിച്ചതുകൊണ്ടും വിശേഷമൊന്നുമില്ല. ഉൺമയും ഇല്ലായ്മയും അർത്ഥത്തിൽ ഒന്നു തന്നെ. സൗഹൃദങ്ങൾ സ്ഥാപനങ്ങളാവുന്നു എന്ന തിരിച്ചറിവോളം ദുരന്തമായി മറ്റൊന്നുമില്ല. ചിരിയ്ക്കാനറിയുന്ന മുഖങ്ങളിൽ അത്രയേറെ തെരഞ്ഞിട്ടും എന്നെ കണ്ടുകിട്ടാതെ, സ്നേഹിക്കുന്ന പെണ്ണിന്റെ പിണക്കങ്ങളിൽ നിന്നും നേരറിഞ്ഞിട്ടും അറിയാതെ, സ്വയം തെരഞ്ഞു നടക്കുന്ന, ശൂന്യതയുടെ സത്ത തേടുന്ന ഈ ഭോഷത്തരങ്ങൾക്ക് എന്താണ് പ്രതിവിധി? എന്തെല്ലാമോ എഴുതിയിട്ടും ഒന്നുംമെഴുതാനാവാതെ ഞാൻ വിങ്ങിപ്പൊട്ടുകയാണ്. പലരോടും പറഞ്ഞു. ഷാജിയ്ക്കൊരു കത്തെഴുതണം. എന്തെഴുതണം.

ബാലു പറഞ്ഞു- എഴുതിക്കോ നായിന്റെ മോനേ.

അവൾ പറഞ്ഞു. തറ പറ തറ പറ

നോക്കു സുഹൃത്തെ ഞാനെന്താണെഴുതേണ്ടത്? എന്തെല്ലാമോ എഴുതിയെന്ന് പ്രിയപ്പെട്ടവനേ നീ മനസിലാക്കുക. വാക്കുകൾ കൊണ്ടും മൗനം കൊണ്ടും അന്യോന്യം കുത്തിയും കോറിയും പുണർന്നും ഞങ്ങളൊരു വൃത്തം പൂർത്തിയാക്കുന്നു. എത്രമാത്രം അടുത്തുവെന്നും പറയാൻ കഴിയുന്നില്ല. ഇതാ വരണ്ടതെങ്കിലും സ്നേഹം കൊണ്ടുള്ള ഒരന്വേഷണം അവൾ നിനക്കെത്തിക്കുന്നു. നിറഞ്ഞ മനസ്സോടെ ഏറ്റുവാങ്ങിയാലും, ഇനിയും നീയെഴുത്.

സസ്നേഹം ആസാദ്.

കാലമിനിയുമുരുളും

മദ്ധ്യ വയസ്സ് കഴിഞ്ഞു. പക്ഷേ ഇപ്പോഴും മാർച്ച് മാസമെത്തുമ്പോൾ അയാളുടെ ഓർമ്മയിലേക്ക് കലാലയ ജീവിതം നുഴഞ്ഞു കയറി വരും. അയാളുടെ പ്രായത്തിലുള്ള കലാലയജീവിതം അനുഭവിച്ചിട്ടുള്ള പലർക്കും അതൊരു ആത്മനൊമ്പരത്തിന്റെ കാലമാണ്.അതിനെ അക്ഷരങ്ങൾ കൊണ്ട് പകരാനാവുന്നതല്ല. തിങ്ങി വിങ്ങിയും മിന്നിത്തെളിഞ്ഞും വശക്കേടിലാക്കുന്ന ഓർമ്മകൾ. ബിരുദപഠനത്തിന്റെ ആ മൂന്നുക്കൊല്ലം നൽകിയ അറിവും തിരിച്ചറിവുമാണ് അയാളുടെ എപ്പോഴത്തേയും സമ്പാദ്യം.

കളി ചിരി തമാശകളും കാര്യഗൗരവുമൊഴിഞ്ഞ ക്ലാസ് മുറി ഇപ്പോൾ ശൂന്യമാണ്. പിരിഞ്ഞുപോകൽ ചടങ്ങിനു വിളമ്പിയ മധുര പലഹാരങ്ങളുടെ മണം ചുവരുകളിൽ ഒട്ടിനിൽക്കുന്നു. വേർപാടിന്റെ നോവ് കയ്പായി തൊണ്ടയിൽ വിങ്ങുന്നു.

പത്മിനി ടീച്ചറും ജഗദമ്മ ടീച്ചറും നമ്പൂതിരി സാറുമൊക്കെ ആശംസ നേർന്ന് പൊയ്ക്കഴിഞ്ഞിരിക്കുന്നു. സായ്കമാറും സുനിലും സുശീലയും അജയനും സുഹാസിനിയും പോയി. പറഞ്ഞു തീരാത്ത കാര്യങ്ങൾക്ക് പച്ചമഷികൊണ്ട് അടിവരയിട്ട് കണ്ണു നനച്ച് സുനിതയും.

ഭിത്തിയിലെ വിശാലമായ കറുത്ത ബോർഡിൽ ചാരിനിന്ന് മുറിയാകെയൊന്നുനോക്കി. ഓരോരുത്തരും എവിടൊക്കെയാണിരുന്നത്? മുഖങ്ങളും പെരുമാറ്റവും അയാളുടെ മനസിലേക്കെത്തി. കഴിഞ്ഞകാലത്തിന്റെ ഓർമ്മയ്ക്കും വരും കാലത്തിന്റെ പ്രതീക്ഷകൾക്കും എന്ന് വടിവൊത്ത അക്ഷരത്തിൽ കുചേലവൃത്തം പുസ്തകത്തിന്റെ അവസാന

പുറത്തെഴുതിത്തന്ന, കൈപ്പടം കൊണ്ട് വായ മറച്ച ചിരിക്കുന്ന സുനി തയിരുന്നത് പിന്നിൽ പടിഞ്ഞാറേ മൂലയിൽ. മോതിരം പണയം വെച്ച് ഫീസടയ്ക്കാൻ സഹായിച്ച ജയിംസ് ഇരുന്നത് ജനലരികിൽ. തമിഴ് പടങ്ങളുടെ മുൻനിര കഴ്ച്ചക്കാരനായിരുന്ന മുസ്തഫയുടെ ഇരിപ്പിടം മുൻബെഞ്ചിലായിരിന്നു.പിന്നെ ഷീല, സതി, പങ്കജം, സുഭാഷിണി...

ആഹ്ലാദങ്ങൾക്കിടയിൽ ഒരിക്കൽ പോലും ഈ വിരഹത്തെക്കുറിച്ച് ഓർമ്മിച്ചതേയില്ലല്ലോ എന്ന് അയാൾ വിങ്ങലോടെ ഓർത്തു.

റോഡുവരെ ഒന്നിച്ച നടന്ന് നോവിക്കുന്ന ചിരി പകർന്ന് ഓരോരോ ദിക്കിലേക്ക് യാത്രയായപ്പോൾ ഈ സ്നേഹസൗഹൃദങ്ങൾ ഒരിക്കലും ഇല്ലാതാവരുതെന്ന് സ്വയം പറഞ്ഞുറപ്പിച്ചപ്പോൾ അറിയുന്നില്ലല്ലോ ഓർമ്മകളുടെ ഇടവേളകൾക്ക് ദൂരം കൂടുമെന്ന്.കാലത്തെ പാഠശാലയ്ക്കു ള്ളിൽ ഒതുക്കാൻ പറ്റുന്നതല്ലെന്ന്.

എല്ലാവരും പോയി.നീയിവിടെ എന്തുചെയ്യുകയാ എന്നു ചോദിച്ച കൊണ്ട് ജയിംസ് വന്നു. പിന്നാലെ സോമനും.

വാ നടക്കാം - ജയിംസ് പറഞ്ഞു

ഇനിയിവിടെയിങ്ങനെ സ്വതന്ത്രമായി നടക്കാൻ കഴിയില്ലല്ലോ എന്ന നിരാശയുമായി സോമനും അവർക്കൊപ്പം ചേർന്നു.

ശരിയാണ് നമ്മൾ പടിയിറങ്ങേണ്ടവർ, പിരിയാൻ മാത്രമൊന്നിച്ച കൂടിയവർ.

ലൈബ്രറിയ്ക്ക് മുന്നിലൂടെ, കുഴൽക്കിണറിനരികിലൂടെ, ഫിസിക്സ് ലാബും മരത്തണലുകളും പിന്നിട്ട് അവർ പുറത്തേക്ക് നടന്നു.

മനഃപ്രയാസം

വല്ലാത്തൊരു മനഃപ്രയാസത്തിലാണ് ഡോക്ടർ ഞാനിപ്പോൾ. എന്തുചെയ്യണമെന്ന് ഒരു രൂപവുമില്ല. പലരുടെയും അനുഭവങ്ങൾ കേട്ടും വായിച്ചും പരിചയമുള്ളതുകൊണ്ട് ഞാനൊരിക്കലും ഇത്തരമൊരു കെണിയിൽ വീഴുകയില്ലെന്ന് അഹങ്കരിച്ചിരുന്നു. പക്ഷേ പറ്റിപ്പോയി. എനിക്ക് വയസ്സ് ഇരുപത്തിയെട്ടായി. അച്ഛന്റെ മരണത്തെത്തുടർന്നുണ്ടായ സാമ്പത്തിക വിഷമങ്ങൾ കാരണം പത്താം ക്ലാസ്സിൽ പഠിപ്പുനിർത്തി. അമ്മയും മൂത്ത രണ്ടു സഹോദരിമാരുമുണ്ട്. നഗരത്തിലെ ഒരു തുണിക്കടയിൽ ജോലി ചെയ്താണ് കുടുംബം നോക്കുന്നത്.

ഇനി ഞാൻ നേരിടുന്ന പ്രശ്നം പറയാം. കടയിൽ തുണിയെടുക്കാൻ വന്നതായിരുന്നു അവൾ. ഞാനാണ് ആവശ്യമായ വസ്ത്രങ്ങൾ തെരഞ്ഞെടുത്തുകൊടുത്തത്. കുടുംബശ്രീ അംഗമാണെന്നു പറഞ്ഞു. വിലപേശലും തമാശയും മുൻപരിചയമുള്ളതുപോലെയുള്ള പെരുമാറ്റവും അടക്കമില്ലാത്ത കടാക്ഷങ്ങളും അതിശയിപ്പിക്കുന്ന അംഗലാവണ്യവുമെല്ലാം എന്നെയാകർഷിച്ചു.

രണ്ടാം തവണ വന്നപ്പോൾ എന്നെ പേരു വിളിച്ച് തുണിയെടുക്കാനാവശ്യപ്പെട്ടു. എന്നോടെന്തോ താല്പര്യമുള്ളതുപോലെയായിരുന്നു പിന്നത്തെ അവളുടെ ഇടപെടലുകൾ. അതിനിടയ്ക്ക് അവളെന്റെ മൊബൈൽ നമ്പർ വാങ്ങി. ഇടയ്ക്കിടയ്ക്ക് മിസ്ഡ് കോൾ വരും. ദിവസം മൂന്നും നാലും തവണ. തെരക്കില്ലാത്തപ്പോൾ ഞാൻ തിരിച്ചു വിളിച്ചാൽ പറയും കാശു കളയണ്ട ഞാനങ്ങോട്ടു വിളിയ്ക്കാമെന്ന്. അവളുടെ നിർത്താതെയുള്ള വർത്തമാനം കേൾക്കുന്നത് സുഖമുള്ള കാര്യമായിരുന്നു. ഒരു ദിവസം അവളെന്നെ വീട്ടിലേക്കു ക്ഷണിച്ചു. കാന്തവലയത്തിൽ

K.R.BABU

അകപ്പെട്ടതുപോലെ ഞാൻ ചെന്നു. സംസാരത്തിനിടയ്ക്ക് ചായയെടു ക്കാൻ പോയപ്പോൾ ഞാൻ നിരസിച്ചു. അതെന്താ ഞാൻ തന്നാൽ കുടിയ്ക്കില്ലേ എന്നു ചോദിച്ചത് എന്റെ മനസ്സിൽ കൊണ്ടു. ചായ സൽക്കാ രത്തിനിടയിൽ അശ്രദ്ധമായ സ്പർശനങ്ങൾ അവളിൽ നിന്നുണ്ടായി. ഇവിടെ മാറ്റാരുമില്ലേ എന്നു ചോദിച്ചപ്പോൾ അവൾ പറഞ്ഞു.

അച്ഛനും അമ്മയും ഒരു കല്യാണത്തിനുപോയി.

എന്റെ ചുറ്റുപാടുകളെക്കുറിച്ചു താല്പര്യത്തോടെ ചോദിച്ചപ്പോൾ എന്നെയറിയാൻ ആഗ്രഹിക്കുന്ന ഒരാളുണ്ടായതിൽ സന്തോഷിച്ചു. മടങ്ങുമ്പോൾ പിന്നാലെ വന്നു സ്വരം താഴ്ത്തിപ്പറഞ്ഞു. എനിയ്ക്ക് നിന്നെ ഇഷ്ടമായി. അപ്പോൾ ദേഹമാകെ ഒരു കുളിർ നിറഞ്ഞതായി തോന്നി. ഞാനങ്ങോട്ടു പറയാനാഗ്രഹിച്ച കാര്യമാണത്. സങ്കോചമാണതിനു തടസമായത്.

രണ്ടാഴ്ചയ്ക്കുശേഷമുള്ള ആ തിങ്കളാഴ്ച എനിയ്ക്കു മറക്കാനാവില്ല ഡോക്ടർ. മുമ്പൊരിക്കലും അനുഭവിച്ചിട്ടില്ലാത്തതെന്തൊക്കയോ അവളെനിയ്ക്കു തന്നു. പിന്നെ അതിന്റെ മൂന്ന് ആവർത്തനങ്ങൾ. ശരിയ്ക്കും ഞാനവൾ ക്കും അവളെനിയ്ക്കും സ്വന്തമായതുപോലെ. എപ്പോഴും ആ മുഖമാണു മനസിൽ. ആകെയൊരു ഉന്മേഷവും ചുറുചുറുക്കും.

പിന്നെയൊരു ദിവസം അവൾ രണ്ടു കുട്ടികളെയും കൊണ്ടാണ് കടയിൽ വന്നത്. അവർ ഏതാണെന്നു ചോദിച്ചപ്പോൾ മക്കളാണെ ന്നായിരുന്നു മറുപടി. തമാശയാണെന്നു കരുതി ചിരിച്ചപ്പോൾ അവൾ പറഞ്ഞു. ഹസ്ബന്റ് ബഹറിനിലാ. മറ്റന്നാൾ വരും. തിരികെപ്പോകു ന്നില്ലെന്നാ പറഞ്ഞത്. ഇനി ഫോൺ ചെയ്യരുത്. സൗകര്യം പോലെ ഞാൻ വിളിച്ചോളാം.

ആദ്യാനുരാഗം നൂലിഴപോലെ അഴിഞ്ഞു പോയതിന്റെ വേദന ഞാൻ മറച്ചുവെക്കുന്നില്ല. പലർക്കും ഈ വിധത്തിലോ മറ്റു തരത്തിലോ ഉള്ള അനുഭവങ്ങൾ ഉണ്ടായിരിക്കാം. അതൊന്നുമല്ല എന്നെയിപ്പോൾ വിഷമത്തിലാക്കുന്നത്. അമ്മ വിവാഹത്തിനു നിർബന്ധിക്കുന്നു. എനിയ്ക്ക് കിട്ടുന്ന സ്ത്രീധനം കൊണ്ട് ഒരു മകളെയെങ്കിലും ഇറക്കിവിടാമെന്നാണ് അമ്മയുടെ വിചാരം. ആയിക്കോട്ടെ എന്നു ഞാനും കരുതുന്നു. പക്ഷേ എനിക്ക് ഭാര്യയായെത്തുന്നവൾ പരസ്ത്രീബന്ധമുണ്ടായിരുന്നവനാണു ഞാനെന്നു കണ്ടുപിടിയ്ക്കുമോ? ശസ്ത്രക്രിയയിലൂടെ കന്യകാത്വം തിരികെ കിട്ടുമെന്ന് ഒരു കേസുമായി ബന്ധപ്പെട്ട വാർത്ത വായിച്ചിരുന്നു. പുരു ഷന്മാർക്കും അതു സാധിക്കുമോ? എങ്കിൽ ആ സഹായം എവിടെ നിന്നു കിട്ടും? ദയവായി ഒരു മറുപടി തന്നു സഹായിക്കണം.

വിപണനം

ഗുഡ്മോർണിംഗ് സർ. ഞാൻ ചീറ്റ്കോ മാർക്കറ്റിംഗ് കോർപ്പറേഷന്റെ സെയിൽസ് റെപ്രസേറ്റീവാണ്. പേര് അതുല്യൻ. ഞങ്ങളുടെ ഒരു പുതിയ പ്രോഡക്ട് ജസ്റ്റ് ഒന്ന് പരിചയപ്പെടുത്തുകയാണ് സർ.

ടൈ കെട്ടിമുറുക്കിയ കഴുത്തിന് ഒരൽപം സ്വാതന്ത്ര്യം കൊടുത്ത ശേഷം വന്നയാൾ ബാഗ് തുറന്ന് വിവിധ നിറത്തിലും രൂപത്തിലുമുള്ള ബ്രഷുകൾ പുറത്തെടുത്തു. ബാർബർഷോപ്പിൽ മുടിമുറിച്ചുകഴിഞ്ഞ് രോമത്തുണ്ടുകൾ തുടച്ചുനീക്കാനുപയോഗിക്കുന്ന തരത്തിലുള്ളത്. അയാൾ തുടർന്നു പറയുന്നു.

നമ്മുടെയുള്ളിലേക്ക് ഇപ്പോൾ ഏറ്റവുമധികം പോയിസൺ പ്രവേശിക്കുന്നത് ഭക്ഷ്യവസ്തുക്കളിൽക്കൂടിയല്ലേ സർ? പച്ചക്കറികളിലാണ് അതേറെയുള്ളതെന്നും നമുക്കറിയാം. സാറിനെ കണ്ടിട്ട് ഒരു എഡ്യുക്കേറ്റഡ് പേഴ്സൺ ആണെന്ന് തോന്നുന്നു. അതുകൊണ്ട് ഡീറ്റയിലായി പറയേണ്ട കാര്യമില്ലല്ലോ. കഴുകിയും തൊലികളഞ്ഞുമൊക്കെയല്ലേ സർ പച്ചക്കറികൾക്കു പുറത്തുള്ള വിഷാംശം നമ്മൾ കളയുന്നത്. എന്നാൽ പാവയ്ക്കയുടെ പുറത്തുള്ള പോയിസൺ അങ്ങനെ പോവില്ലെന്ന് സാറിനറിയാം. അതിനുള്ള ഒരു പ്രൊഡക്ടാണ് സർ ഇത്. ഉപ്പുലായനിയിൽ മുക്കി ബ്രഷ് ചെയ്താൽ പാവയ്ക്കയുടെ മുള്ളുകൾക്കിടയിലെ വിഷാംശം തീർത്തും ഇല്ലാതാക്കാൻ സാധിക്കും. അതിന് പഴയ ടൂത്ത്ബ്രഷ് പോരേ എന്ന് സാർ ചോദിച്ചേക്കാം. ഒന്നാമത് ആ ബ്രഷ് ചെറുതായതുകൊണ്ട് ടൈം വെയ്സ്റ്റാകും. ദെൻ കംപ്ലീറ്റായി ക്ലീൻ ചെയ്യാനും കഴിയില്ല. ജനങ്ങളുടെ ആവശ്യമെന്താണെന്നു തിരിച്ചറിഞ്ഞു മാർക്കറ്റിൽ ഇടപെടുകയാണു സാർ ഞങ്ങളുടെ പോളിസി. സോഷ്യൽ

കമിറ്റ്മെന്റുള്ള ഒരു കമ്പനിയാണ്സർ ചീറ്റ്കോ. ഒരു ബ്രഷിന്റെ വില ഇരുന്നൂറ്റിയമ്പത് രൂപയാണ്. പബ്ളിസിറ്റിക്കുവേണ്ടി ഞങ്ങളിത് നൂറ്റ രൂപയ്ക്ക് കൊടുക്കുന്നു. ഷോപ്പുകളിലെത്തിയാൽ ഇതിന് ഇരുന്നൂറ്റിയമ്പ ത്തന്നെ കൊടുക്കണം. ഒരെണ്ണമെടുക്കട്ടെ സാർ? ആരോഗ്യം അതല്ലേ സാർ നമുക്കു പ്രധാനം..

അന്യായം

ഭർത്താവ് കാലത്ത് പണിക്കുപോയാൽ മടങ്ങിവരുന്നത് വൈകിട്ട് ആറുമണിക്കാണ്. പതിവില്ലാതെ അയാൾ ഒരു മുന്നറിയിപ്പും തരാതെ ഇന്നലെ ഉച്ചക്കെത്തി. വന്നു കയറിയതും വീടുമുഴുവനൊരു പരിശോധന. കട്ടിലിനടിയിൽനിന്നും എന്റെ ബോയി ഫ്രണ്ടിനെ വലിച്ചിറക്കി പൊതിരെ തല്ലി. എന്നെയും അടിച്ചു വശക്കേടാക്കി. പിന്നെ ഞങ്ങൾ രണ്ടാളെയും വീടിനു പുറത്താക്കി വാതിലടച്ചു. സ്വന്തം വീട്ടിലേക്കായാലും ഒന്നു വിളിച്ചു പറഞ്ഞിട്ടുവേണ്ടെ വരാൻ? അതല്ലേ മാന്യത? വിശ്വാസവഞ്ചനയല്ലേ കാണിച്ചത്? പിന്നെ ഗാർഹിക പീഠനവും. രണ്ടും കൂടിച്ചേർത്ത് അയാൾക്കെതിരെയൊരു കേസുകൊടുക്കണം വക്കീലെ, അനുഭവിക്കട്ടെ

ഉടമ്പടി

ഇതൊരു അജീവാനന്ത ഉടമ്പടിയല്ല. നാളെ ഇതിന്റെ പേരിൽ ബാധ്യതകളും വ്യവഹാരങ്ങളും ഉണ്ടാവാൻ പാടില്ല. വാഗ്ദാന ലംഘനം, വിശ്വാസവഞ്ചന, ലൈംഗികപീഡനം എന്നിങ്ങനെയുള്ള ദുർബ്ബലവകുപ്പുകളെകുറിച്ച് ചിന്തിക്കരുത്. ഇരു കക്ഷികളും പൂർണ്ണമനസ്സോടെയും സമ്മതത്തോടെയും നടത്തുന്ന ഒരു ബന്ധപ്പെടൽ. സുരക്ഷിതമാർഗ്ഗങ്ങൾ സ്വീകരിക്കേണ്ടതാണ്. അത് സുഖം അപൂർണ്ണമാക്കുമെങ്കിലും ഭാരവാഹിത്വം, അണുബാധ എന്നിവ പരിഗണിച്ച് നമ്മൾ ഇത് ഉപയോഗിക്കാൻ ബാധ്യസ്ഥരാണ്. ഇരുവർക്കും അസഹനീയമായ വിധത്തിൽ കാര്യങ്ങൾ നടന്നുവെന്നു വിചാരിക്കുക. വേഴ്ച്ച തുടർന്നും നടത്താൻ താൽപര്യപ്പെടരുത്. കക്ഷികളിലാർക്കെങ്കിലും അസൗകര്യമുണ്ടായാൽ മറ്റാരുമായും കരാറിലേർപ്പെടാവുന്നതാണ്. വേഴ്ചയിലെ അസംതൃപ്തിയും ഇതര ഉടമ്പടികൾക്ക് അനുവാദം തരുന്നതാണ്. ചുരുക്കത്തിൽ യാതൊരു വിധ ബാധ്യതകളും ഇല്ലാതെയുള്ള ഒരു സംഭോഗസംവിധാനം. സമ്മതമാണെങ്കിൽ ഒപ്പിടാം.

മനപ്പൊരുത്തം

കടിയേറ്റത്തിന്റെ ബാലാരിഷ്ടതകൾ കുറച്ചൊക്കെ തീർന്നപ്പോൾ മത്തായിക്ക് തോന്നി പുല്ല് മേഞ്ഞ വീടൊന്നു നന്നാക്കണമെന്ന്. പറമ്പിൽ ഇഷ്ടം പോലെ മരമുണ്ട് അതു വെട്ടി ഉരുപ്പടിക്കളാക്കി. മരപ്പണിക്കെത്തിയത് സുന്ദരനും ആരോഗ്യവാനുമായ സുകുമാരനാശാരിയാണ്.തൊഴിൽ സമർത്ഥൻ, അതുകൊണ്ടു തന്നെ കൂലിയുടെ കാര്യത്തിൽ യാതൊരു വിട്ടുവീഴ്ച്ചയുമില്ല.മത്തായിയുടെ ഭാര്യയും ഇതേ മനോഭാവക്കാരിയാണ്.ചെയ്യുന്ന തൊഴിലിന് ന്യായമായ പ്രതിഫലം കൊടുക്കുകയും വാങ്ങുകയും വേണം. ഈ സമാന മനസ്സ്ക്കരുടെ പരസ്പര സഹകരണം കൊണ്ട് മത്തായിക്ക് വീടിന്റെ മരപ്പണികൾ അധികം ചിലവില്ലാതെ തീർക്കാൻ കഴിഞ്ഞു.

ഓക്കാനം

ചാക്കോച്ചനെന്ന കുടിയേറ്റ കർഷകന്റെ സ്ഥിരം തൊഴിലാളിയാണ് പാലക്കാട്ടുക്കാരൻ പുരുഷോത്തമൻ. അയാളുടെ വീട്ടിൽ ഉണ്ടുറങ്ങി പുരുഷു പകലന്തിയോളം പണിയെടുത്തുവരുന്നു.

ഒരു ദിവസം വൈകീട്ട് അങ്ങാടിയിൽ പോയി വന്ന പുരുഷു തനിക്ക് ലഭിക്കാനുള്ള മുഴുവൻ കൂലിയും വേണമെന്നു പറഞ്ഞു. രണ്ടുമാസത്തെ പണിക്കിടയിൽ ഇടയ്ക്കൊരുനാൾ നാട്ടിൽ പോയപ്പോൾ വാങ്ങിയതിന്റെ ബാക്കി സാമാന്യം നല്ലൊരു തുക അയാൾക്കു കിട്ടാനുണ്ട്.

എന്നാ ഇത്ര പെട്ടെന്ന് ? ചാക്കോച്ചൻ ചോദിച്ചു

അമ്മയ്ക്ക് സുഖമില്ലെന്നു കത്തുവന്നു.

ഇവിടെ കാശൊന്നുമിരിപ്പില്ല. കുരുമുളക് വിൽക്കണം - ചാക്കോച്ചൻ പറഞ്ഞു

നാളെത്തന്നെ പോണംന്നുണ്ട്. - പുരുഷു ആഗ്രഹം പറഞ്ഞു,

അയാളുടെ അമ്മയുടെ രോഗവിവരം ചാക്കോച്ചൻ താത്പര്യത്തോടെ ചോദിച്ചറിയുകയും പിറ്റേന്ന് കാശ് ശരിയാക്കിത്തരാമെന്ന് ആശ്വസിപ്പിക്കുകയും ചെയ്തു. പുരുഷു സമാധാനത്തോടെ ചായ്പ്പിലേക്ക് ഉറങ്ങാൻ പോയി.

നേരം വെളുത്തപ്പോൾ ആ വീട്ടിലൊരു സംഭവമുണ്ടായി. ചാക്കോച്ചൻ- കുഞ്ഞമ്മ ദമ്പതികളുടെ മൂത്തമകൾ അന്നക്കുട്ടിയുടെ നാലുപവൻ തൂക്കമുള്ള മാല കാണാനില്ല.തെറുത്തു വെച്ച പായയിലും പുഴക്കരയിലും മുറ്റത്തുമൊക്കെ തെരഞ്ഞു. അന്നക്കുട്ടിയ്ക്ക് ഇളയവരായ ത്രേസ്യക്കുട്ടി,

മേരിക്കുട്ടി, ഏലിക്കുട്ടി, ജോണിക്കുട്ടി എന്നിവരും അന്വേഷണത്തിൽ പങ്കെടുത്തു, പക്ഷേ മാല കണ്ടുകിട്ടിയില്ല.

ചാക്കോച്ചൻ നേരെ ചായ്പിലേക്കു നടന്നു. പുരുഷുവിന്റെ തകരപ്പെട്ടി തുറന്ന് വിദഗ്ധനായൊരു കുറ്റാന്വേഷകനെപ്പോലെ അതിന്റെയുള്ളിൽ തുണികൾക്കിടയിൽ മടക്കിവെച്ച അണ്ടർവെയറിന്റെ കീശയിൽ നിന്നും തൊണ്ടി കണ്ടെടുത്തു.

അയാൾ ഭാര്യയെ നോക്കി നിഗൂഢമായൊന്നു ചിരിച്ചു. ഇതിയാന്റെയൊരു ബുദ്ധി എന്ന തിളക്കം അവരുടെ കണ്ണിലും ചുണ്ടിലും നിറഞ്ഞു.

അപ്പോൾ അന്നക്കുട്ടിയുടെയുള്ളിൽ സങ്കടവും സംശയവും മലവെള്ളംപോലെ കുത്തിമറിയുകയായിരുന്നു.

തെക്കേ മുറിയിൽ അടുക്കിവെച്ചിരിക്കുന്ന നിറഞ്ഞ കുരുമുളകുചാക്കുകളെ സ്നേഹപൂർവ്വം തലോടി അടുക്കളയിലേക്കു കയറാനൊരുങ്ങിയ കുഞ്ഞമ്മ കണ്ടത് മകൾ അന്നക്കുട്ടി തൊഴുത്തിന്റെ മറവിലിരുന്ന് ഓക്കാനിക്കുന്നതാണ്.

ആകെ മാറിപ്പോയി

ആകെ മാറിപ്പോയിരിക്കുന്നു. കോളേജ് കാമ്പസിലേക്കിപ്പോൾ രണ്ട് പ്രവേശനവഴികൾ. വാഹനങ്ങൾക്കും കാൽനടക്കാർക്കും.രണ്ടും അടച്ചുറപ്പുള്ളത്. അതിനൊരു കാവൽക്കാരൻ. അകത്ത് അയാളുടെ വിശ്രമപ്പുര. മതിലിന്മേൽ കറുത്ത മാർബിളിൽ വെള്ളിക്കട്ട കൊണ്ടുള്ള കലാലയനാമം തിളങ്ങുന്നു.കെട്ടിടങ്ങൾക്കപ്പുറത്തേയ്ക്കൊളിക്കുന്ന ടാർറോഡുകൾ. അകത്തു വാഹനങ്ങൾ നിരവധി.ഇരുചക്രവാഹനങ്ങളാണധികം.പണ്ട് ഇവിടെയെത്തിയിരുന്നത് ഇംഗ്ലീഷ് പ്രൊഫസറുടെ പ്രീമിയർ പത്മിനിയും പോസ്റ്റ്മാന്റെ സൈക്കിളും അവരുടെ ചുവന്ന വകുപ്പു വാനും മാത്രം. അതു വരാൻ കാരണം കോളേജിനുള്ളിൽ ഒരു പോസ്റ്റോഫീസ് ഉണ്ടായിരുന്നതിനാലാണ്. ഒരു സർക്കാർ കോളേജിന് അന്നു ഇത്രയൊക്കെ മതിയായിരുന്നു. അല്ലെങ്കിൽ ഇത്രയൊക്കെയേ ഉണ്ടായിരുന്നുള്ളു.

പണ്ടത്തെ മരങ്ങളൊക്കെ മദ്ധ്യവയസ്ക്കരായിരിക്കുന്നു. കൂട്ടിന് യുവവൃക്ഷങ്ങളുമുണ്ട്.മുതിർന്നവർക്കൊക്കെ ഇരിപ്പുതറകൾ.അവിടെയിപ്പോഴും അനുരാഗികളും ചങ്ങാതിക്കൂട്ടവുമുണ്ട്.അവരുടെ മനസ്സിപ്പോൾ തീഷ്ണമായിരിക്കും. ഇത് മാർച്ച് മാസമാണ്. വിരഹത്തിന്റെയും വേർപാടിന്റെയും മാസം. ആ ഹൃദയങ്ങളിൽ നിന്നുമൊഴുകുന്ന ചൂടാണല്ലോ കാമ്പസിന്റെ മാർച്ചുകളെ എക്കാലവും ഉഷ്ണിപ്പിച്ചിരുന്നത്.

എല്ലാ വകുപ്പുകൾക്കും സ്വന്തം കെട്ടിടമായി, ഓഡിറ്റോറിയമായി, പെൺകുട്ടികൾക്ക് ലേഡീസ് ഹെവൻ എന്ന പേരിൽ ശൗചാലയവും രൂപപ്പെട്ടിരിക്കുന്നു.

ബിരുദാനന്തരം ഒരു തവണ മാത്രമാണ് ഇവിടേക്കെത്താനുള്ള അവസരം വന്നത്. പൂർവ്വവിദ്യാർത്ഥി സംഗമം. പക്ഷേ സംഗമിക്കാൻ തൊഴിൽ സമ്മതിച്ചില്ല. കൂടിച്ചേരലിന്റെ ഹൃദ്യത നഷ്ടമായതിന്റെ നിരാശയും അമർഷവും അൽപമെങ്കിലും കുറഞ്ഞത് അവളും വന്നില്ലെന്നറിഞ്ഞപ്പോഴാണ്.

മകളെ ഇവിടെ ബിരുദത്തിനു ചേർക്കണമെന്നുണ്ടായിരുന്നു. ഒരു പിതാവിന്റെ ഉത്തരവാദിത്വബോധം മറയാക്കി ഓർമ്മകളുടെ സുഗന്ധം അനുഭവിക്കാമെന്ന താത്പര്യമായിരുന്നു മനസ്സിൽ. പക്ഷേ അഡ്മിഷൻ കിട്ടിയില്ല.

ആ കലാലയത്തിലേക്കാണ് ഞാൻ വീണ്ടും എത്തിയിരിക്കുന്നത്. ആവശ്യം പ്രമുഖ ചലച്ചിത്ര സംവിധായകന്റെ അഭിമുഖം. ഹോട്ടൽമുറിയിൽ വെച്ച് സാധിക്കാമായിരുന്നു. ഇവിടെയ്ക്കാക്കിയത് മനസ്സിന്റെ ലോലത.

അദ്ദേഹത്തിന്റെ പുതിയ സിനിമയുടെ ചിത്രീകരണം നടക്കുകയാണ്. ഇന്റർസോൺ കലോത്സവ വിജയികളുടെ അനുമോദന യോഗത്തിന്റെ സീനുകളാണ് എടുക്കുന്നത്. അപ്പോൾ ഉള്ളിൽ നിന്നും ഒരു ഇരുപതുകാരനിറങ്ങി നടന്നു. ചെന്നെത്തിയത് പഴയ കോളേജ് കെട്ടിടത്തിനു പിന്നിലെ ഓപ്പൺ സ്റ്റേജിനരികിൽ. മേഖല കലോത്സവം നടന്നപ്പോൾ നാടക മത്സരവേദി ഇതായിരിന്നു. കോളേജ് ടീമിനെ ചമയിക്കാൻ സോമനുണ്ട്. പണി തീർത്ത് അഭിനേതാക്കളെ വിട്ടു.ബഞ്ചിൽ വർത്തമാനം പറഞ്ഞു കിടന്നു. പറഞ്ഞസമയം കഴിഞ്ഞിട്ടും അവൾ വരാത്തതിന്റെ നീരസം മനസ്സിലുണ്ടായിരുന്നു.ഒപ്പം ഇനിയിന്നങ്ങനെ കാണണ്ട എന്ന ദുർവാശിയും.മയങ്ങിപ്പോയി. ഉണർന്നപ്പോൾ മത്സരത്തിന് തിരശ്ശീല വീണിരുന്നു.

പിന്നെ കണ്ടപ്പോൾ സുജ ദേഷ്യപ്പെട്ടു.

നീയെന്തു പണിയാ ചെയ്തത് ? എത്ര കഷ്ടപ്പെട്ടാണവളെ കൂട്ടിക്കൊണ്ടുവന്നതെന്നറിയോ ? രാത്രി പരിപാടി കാണാൻ വിടില്ലെന്ന് തീർത്തു പറഞ്ഞതാ അവളുടെ അച്ഛൻ. എങ്ങനെയെക്കെയാ അവളെ കൊണ്ടുവന്നതെന്ന് എനിയ്ക്കേ അറിയൂ, എന്നെ കൊണ്ടൊന്നും പറയിപ്പിക്കണ്ട. ഞങ്ങൾ വരാൻ വൈകിയതെന്നു ശരിയാ. അതിന് ഇങ്ങനെ ചെയ്യണമായിരുന്നോ ?

ചങ്ങാതിമാർക്കുവേണ്ടി അവൾ ചെയ്തതു പാഴായി. കുറ്റബോധവും നഷ്ടബോധവും തോന്നി.എന്തെല്ലാമാണ് ആഗ്രഹിച്ചുകൂട്ടിയത്? എന്നിട്ടോ?

എന്നോടിതു വേണ്ടിയിരുന്നില്ല എന്ന പരിഭവം രണ്ടുമൂന്നു ദിവസം അവൾ കൊണ്ടു നടന്നു. പിന്നെ തണുത്തു.

സിനിമയുടെ ചിത്രീകരണം തുടരുകയാണ്. സ്റ്റേജിൽ കലോലത്സവ വിജയിയുടെ ലളിതഗാനം ക്യാമറക്കണ്ണ് ആസ്വാദിക്കുന്നു. അപ്പോൾ മനസ്സിന്റെ നാഗ്രടേപ്പിൽ നിന്നു മൊഴുകിയത് മറ്റൊരു പാട്ടാണ്.

നാടകത്തിന്റെ ആവശ്യത്തിനെന്നു പറഞ്ഞ് വീട്ടിൽ നിന്നും കനമുള്ള ടേപ്റേക്കോർഡർ കോളേജിലെത്തിച്ചത് അവളുടെ പാട്ട് പകർത്താനായിരുന്നു. ഹോസ്റ്റലിൽ നിന്നു വീട്ടിലെത്തുന്ന ദിവസങ്ങളിൽ മകൻ ഒരു പാട്ട് ആവർത്തിച്ചു കേൾക്കുന്നതിൽ അമ്മയ്ക്കെന്തോ പന്തികേടു തോന്നിയിരിക്കണം.എപ്പോഴൊ കാസറ്റ് അപ്രത്യക്ഷമായി. അലസമായ അന്വേഷണത്തിനു മറുപടിയായി ലഭിച്ചത് അതിലും അലസമായ ഒരു മൂളൽ മാത്രം.

സിനിമയുടെ ചിത്രീകരണ ഇടവേളകളിൽ നടത്തുന്ന അഭിമുഖം മുറിയുമ്പോൾ വെറുതെ ചുറ്റിക്കറങ്ങി. ബാലചന്ദ്രൻ ചുള്ളിക്കാടും ജോയ്മാത്യുവും എറിക് പോളും അജയനും മുസ്തഫയും ജയിംസുമൊക്കെ പാട്ടും കവിതയും കഥാപ്രസംഗവും അധികപ്രസംഗവുമൊക്കെ നടത്തിയിരുന്ന കളിത്തറ കണ്ടു.പ്രണയ മർമ്മരംകൊണ്ട് ഒരിക്കൽ സജീവമായിരിന്ന, ഇപ്പോൾ ദ്രവിച്ചു തീർന്ന മരഅഴികളിട്ട ഷെഡ് കണ്ടു. ഹിന്ദി പഠിതാക്കളായിട്ടും മലയാളം വിദ്യർത്ഥികളായവരോട് കൂട്ടുകൂടിയിരുന്ന ഏതു നല്ല കാര്യത്തിനും മുൻനിരയിലുണ്ടായിരുന്ന ഷീലയേയും സതിയേയും പങ്കജത്തിനെയും കണ്ടു. നേതൃപാടവവും ആജ്ഞാശക്തിയുമുള്ള സഹമുറിയൻ സ്കറിയ ജാഥ നയിച്ചു പോവുന്നതു കണ്ടു. തിരുവച്ചിറ ക്ഷേത്രത്തിനുമപ്പുറമുള്ള റയിലിലൂടെ പാഞ്ഞു പോവുന്ന തീവണ്ടിയുടെ കൂക്കുവിളി കേട്ടു (കളിയാക്കിയതാണ്. ഒരു മദ്ധ്യവയസ്ക്കന്റെ മാനം കെട്ട മനോവിചാരങ്ങൾ എന്ന്)

ചിത്രീകരണം അവസാനിച്ചിട്ടും ലോക്കേഷൻ വാഹനങ്ങൾ പലതും പോയിട്ടും തിരികെ പോകാൻ തോന്നിയില്ല. നടന്ന വഴികളിലൂടെ വീണ്ടും നടക്കുകയാണ്. ഫോട്ടോഗ്രാഫർ അനിൽ തടഞ്ഞു നിർത്തി ചോദിച്ചു. അല്ല ങ്ങക്കെന്താ പറ്റീത് ? പോവണ്ടേ ? ഇനി ഈടെ ചുറ്റിക്കളിച്ചാൽ ബസിനു പോവേണ്ടി വരും.

ഒരു തവണ കൂടി. ഇനിയൊരിക്കലും ഇതിനു കഴിഞ്ഞില്ലെങ്കില്ലോ?

ആത്മഗതം അവൻ കേട്ടുകാണുമോ ?

അപ്പോൾ കണ്ണിൽ നനവൊരു മറയുണ്ടാക്കിയത് അവൻ കണ്ടിട്ടുണ്ടാവുമോ?

ബലാൽ

ഹലോ...

ങാ...

എടീ ഒരു കാര്യം പറയാനുണ്ട്. നീ വീട്ടിലാണോ?

അതെ.

ഒറ്റയ്ക്കാണോ?

അതെ. മക്കളും മൂപ്പരും പണിയ്ക്കുപോയി.

എന്നാപ്പറയാം എടീ അവനിന്നലെയെന്നെ...

ആര്? എന്താ?

സുമേഷ് ഇന്നലെയെന്നെ...

എന്താണെന്നു പറയെടീ...

വിളിയും സംസാരവുമൊക്കെയുണ്ടായിരുന്നു. അതു നിനക്കും അറിയാവുന്നതല്ലേ?

നീ കാര്യം പറ.

ഇന്നലെ അങ്ങോട്ടു ചെല്ലാൻ പറഞ്ഞു. ഒറ്റയ്ക്കിരുന്നു മുഷിഞ്ഞപ്പോ ഞാനൊന്നു പോയി. വീട്ടുകാരൊക്കെയുണ്ടാവുമെന്നു വിചാരിച്ചാണു പോയത്.

എന്നിട്ട്?

അവനൊറ്റയ്ക്കായിരുന്നു. കോളേജുകാലത്തെ കാര്യങ്ങൾ പറഞ്ഞു കുറെ ചിരിച്ചും ഇപ്പോഴും ചങ്ങാത്തങ്ങൾ നിലനിർത്തുന്നതിനെക്കുറിച്ച്

അഭിമാനിച്ചും ഇരിക്കുന്നതിനിടയിൽ...

എന്നിട്ട്?

അവനെന്നെ...

നീയെതിർത്തില്ലേ?

ഓ....നമ്മൾ മദ്ധ്യവയസ്കരാണെന്നും കുടുംബമായി ജീവിക്കുന്നവരാണെന്നുമൊക്കെ പറഞ്ഞുനോക്കി.

നീ കാര്യം പറയെടീ...

എന്നിട്ടെന്താ....എടീ ഭർത്താവിന്റെ തൊടലും മുഷിപ്പിക്കുന്ന തഴുകലും കഴിഞ്ഞുള്ള കാര്യങ്ങളെക്കാൾ ഉണർവ്വ തരുന്ന ബലപ്പെട്ടതും സുഖകരവുമായ എന്തോ ഒന്ന് എനിയ്ക്കു കിട്ടി. ഒരു ബലാൽസംഗത്തിന്റെ സുഖം.

മുഴുവൻ പറയെടീ...

ഓ... നിനക്കുസുഖിച്ചല്ലേ? ആ സുഖമുള്ള വേദന ഇപ്പോഴും ബാക്കി നിൽക്കുന്നു. ഇങ്ങനെയും കാര്യങ്ങൾ നടക്കുമെന്ന് മനസ്സിലായി.

ഞാനവനെയൊന്നു വിളിക്കട്ടെ.

ഇതൊന്നും ചോദിച്ചേക്കരുത്.

ഇല്ലെടീ.

എല്ലാമങ്ങു സംഭവിക്കുകയാണ്

തറവാട്ടിൽ വന്നു മടങ്ങുമ്പോഴാണ് രമാദേവി ടീച്ചറിനെ കണ്ടത്. ഒത്തിരി നാളായി കണ്ടിട്ട്. രണ്ടിൽ പഠിക്കുമ്പോൾ എന്റെ ക്ലാസ്സദ്ധ്യാപികയായിരുന്നു. എന്നോട് പ്രത്യേകമായ വാത്സല്യമുണ്ടായിരുന്നു.

എന്താടാ ഇത്? ആകെയങ്ങുനരച്ചല്ലോ! നിനക്കെന്താ അതിനുമാത്രം പ്രായമായോ?

ഇല്ല ടീച്ചറേ അൻപതു കഴിഞ്ഞതേയുള്ളൂ.

കാലം പോയ പോക്ക്. ദീർഘനിശ്വാസത്തിനിടയിൽ ടീച്ചർ പറഞ്ഞു.

കുടുംബകാര്യങ്ങളും മറ്റും താൽപര്യത്തോടെ ചോദിച്ചറിഞ്ഞ ശേഷം ഒരന്വേഷണം - ഇന്നലെ മാഷുടെ ആണ്ടായിരുന്നല്ലേ?

ശരിയാണ്. അച്ഛന്റെ ഓർമ്മ ദിവസമായിരുന്നു ഇന്നലെ. കുടുംബാംഗങ്ങളുടെ ഒത്തുചേരൽ കഴിഞ്ഞ് ജോലി സ്ഥലത്തേക്കുള്ള മടക്കനേരമായിരുന്നു അത്. ആ ദിവസം ടീച്ചർ ഓർത്തുവെച്ചിരിക്കുന്നു.

യാത്ര പറഞ്ഞു പിരിഞ്ഞപ്പോൾ പലപ്പോഴും ആലോചിച്ചിട്ടുള്ള ഒരു കാര്യമുണ്ട്. എങ്ങനെയൊക്കെ ക്രിയ ചെയ്താലും ഉത്തരം ലഭിക്കാത്ത ഒരു ഗണിത പ്രശ്നം പോലെ അതിപ്പോഴും മനസിലുണ്ട്. ഞങ്ങൾ തമ്മിൽ രക്തബന്ധമുണ്ടാവേണ്ടതായിരുന്നില്ലേ? ചില ഇഷ്ടക്കേടുകളും തീരുമാനങ്ങളുമല്ലേ അതിനു തടസമായത്? അതു നടന്നിരുന്നെങ്കിൽ ഞാൻ ഈ കാണുന്ന ഞാനായിരിക്കുമോ? എന്റെ പേര്, പ്രായം, തൊഴിൽ, കൂടെപ്പിറപ്പുകൾ, ജീവിത ചുറ്റുപാട് എന്തെല്ലാമെന്തെല്ലാം മാറിപ്പോകുമായിരുന്നു. അതല്ല ഞാൻ തന്നെ ഉണ്ടാകുമായിരുന്നോ?

അവർക്ക് ഏകമകനായിരുന്ന നാരായണൻ രമാദേവിയെ പെണ്ണു കണ്ടു. ഇരുവരും അദ്ധ്യാപക യോഗ്യതയുള്ളവർ. സാമ്പത്തികമായും വലിയ അന്തരമില്ല. എന്നിട്ടും വിവാഹം നടന്നില്ല. കാരണം കറുത്തവളായ രമാദേവി മോഹിച്ചത് ഒരു വെളുത്തവനെയാണ്. ബന്ധുകൾക്കും ആ കറുമ്പനെ പിടിച്ചില്ല. പിന്നെ രമാദേവി വാസുദേവന്റെ ഭാര്യയായി. ആൾ വെളുത്തവനും ടി.ടി.സി ക്കാരനുമായിരുന്നു.

നാരായണൻ പിന്നെ കണ്ടത് വെളുത്തവളായ വാസവിയെയാണ്. കക്ഷിയ്ക്കും കറുത്തവനോട് അപ്രീതി. വാസവിയുടെ അമ്മയ്ക്കും അതേ നിലപാട്. എന്നാൽ ഒറ്റ മകനാണെന്നും തൊഴിലുറപ്പാണെന്നുമുള്ള അധിക യോഗ്യതയ്ക്കു മുന്നിൽ അവരുടെ വർണ്ണവിവേചനം അലിഞ്ഞു പോയി.

രണ്ടു വിവാഹങ്ങളും നടന്നു.

ഇവരെല്ലാം ഉദ്യോഗാർത്ഥം തിരുവിതാംകൂറിൽ നിന്ന് മലബാറിലെത്തി. രമാദേവിയും നാരായണനും വാസുദേവനും സഹപ്രവർത്തകരായി. യാദൃശ്ചികതയെന്നോ വിധിയെന്നോ നിമിത്തമെന്നോ ഏതു പദമുപയോഗിച്ചാണ് ഈ കാര്യത്തെ കൈമാറേണ്ടതെന്ന് എനിക്കറിയില്ല. രമാദേവി ടീച്ചർ നാരായണൻ മാഷെ എങ്ങനെ അഭിമുഖീകരിച്ചു. സഹപ്രവർത്തകൻ ആദ്യം കണ്ട പെണ്ണാണ് തന്റെ ഭാര്യയെന്ന് വാസുദേവൻ മാഷറിഞ്ഞോ എന്നൊന്നും എനിക്കറിയില്ല. പക്ഷേ ഒന്നറിയാം അവസാനംവരെ അവർ നല്ല സുഹൃത്തുക്കളായിരുന്നു. അവരിൽരമാദേവി ടീച്ചർ മാത്രമേ ഇന്നുള്ളൂ. വാസുദേവൻ മാഷില്ല. എന്റെ അച്ഛൻ നാരായണൻ മാഷില്ല. അമ്മ വാസവിയില്ല.

എല്ലാമങ്ങു ഭവിക്കുകയാണ്. നമ്മുടെ തീരുമാനങ്ങൾക്കും ആഗ്രഹങ്ങൾക്കുമപ്പുറം എല്ലാമങ്ങു സംഭവിക്കുകയാണ്.

എല്ലാം സുതാര്യമാണ്

കാര്യകാരണങ്ങളറിയാൻ താങ്കൾ വിളിച്ചപ്പോൾ ഞാൻ അങ്ങുമിങ്ങും തൊടാതെ സംസാരിച്ചു നിർത്തിയതെന്തിനെന്നു പറയാം. ഇവിടെ വിധേയരെന്നു ഭാവിച്ച് ഉണ്ടുറങ്ങിക്കഴിയുന്ന ചിലരൊക്കെ യഥാർത്ഥത്തിൽ എന്റെ വീഴ്ച കാണാൻ ആഗ്രഹിക്കുന്നവരാണ്. അവരെന്റെ ഫോൺ സംഭാഷണങ്ങൾ ചോർത്തി പ്രതിപക്ഷത്തിന് നൽകാൻ സാധ്യതയുണ്ട്. അതിനാൽ വിവരങ്ങൾ എഴുതി ഒരു വിശ്വസ്തൻ മുഖേന കൊടുത്തുവിടുന്നു.

ഇനി എന്റെ പേരിലുള്ള വിവാദവിഷയത്തിലേക്കു വരാം. രാജ്യഭരണത്തിന്റെ മാനസിക പിരിമുറുക്കത്തിന് അയവു വരുത്താനുള്ള വിനോദങ്ങളിൽ നായാട്ടും ഉൾപ്പെടുന്നുണ്ടല്ലോ. കൊട്ടാരത്തിലെ അസ്ത്രവിദഗ്ധർ മൃഗത്തെ വീഴ്ത്തിയിട്ട് വിവരം തരുമ്പോൾ നാം ചെന്ന് ഉരുവിന്റെ മർമ്മ സ്ഥാനത്തു കയറിയ അമ്പ് ഊരിക്കളഞ്ഞ് തൽസ്ഥാനത്ത് രാജമുദ്രയുള്ളത് കുത്തിയിറക്കുകയും മാധ്യമപ്പടയെ വിളിച്ച് വരുത്തി പരസ്യപ്പെടുത്തുന്നതുമാണല്ലോ പതിവ്.

അസ്ത്രവിദ്യയിൽ സമർത്ഥനാണെന്നും പ്രജകളുടെ സ്വത്തും ജീവനും സംരക്ഷിക്കാൻ പ്രാപ്തനാണെന്നുമുള്ള പ്രജകളുടെ വിശ്വാസത്തെ അവർ എഴുതിയും കാണിച്ചും പറഞ്ഞും ആവർത്തിച്ചുറപ്പിക്കുന്നു. അതിനുള്ള പ്രതിഫലം ദ്രവ്യമായും ദ്രാവകമായും നമ്മൾ അവർക്കു നൽകി വരുന്നു.

ഒരു നാൾ മൃഗയാവിനോദത്തിനായി ഞാൻ കാട്ടിലെത്തി. അനുയായികൾ അവരുടെ ഉത്തരവാദിത്തങ്ങൾ നിർവഹിക്കാൻ പോയപ്പോൾ ഞാൻ കാനനഭംഗി ആസ്വദിച്ചുനടന്നു. അപ്പോഴാണ് ഭയം കലർന്ന

ഒരു പെൺശബ്ദം കേട്ടത്. ചെന്നു നോക്കിയപ്പോൾ വിറകു ശേഖരിക്കു ന്ന മൂന്നു യുവതികളെയാണു കണ്ടത്. അതിലൊരുവൾക്കു ചുറ്റും ഒരു കരിവണ്ട് മൂളിപ്പറക്കുന്നു. അവൾ ചുള്ളികൊണ്ട് ആട്ടിയോടിച്ചിട്ടും അതു പിൻമാറുന്നില്ല. ഞാൻ മേൽമുണ്ടുകൊണ്ട് അതിനെ വീശിയോടിച്ചു. അപ്പോൾ ഒരു ആശ്വാസച്ചിരി അവളെനിയ്ക്കു തന്നു. വണ്ട് ചുറ്റിക്കളി ച്ചതിൽ അതിശയം തോന്നിയില്ല. ആരും വശക്കേടിലായിപ്പോവുന്ന മാദകത്വവും മനോഹാരിതയും അവൾക്കുണ്ടായിരുന്നു.

ആരാ എന്ന് കൊഞ്ചലോടെ ആരാഞ്ഞപ്പോൾ കൊട്ടാരത്തിലെ ഒരു ജീവനക്കാരൻ എന്നു ഞാൻ മറുപടി നൽകി. സാഹച ര്യത്തിന നുസരിച്ച് വിശ്വസനീയമായ നുണകൾ ചങ്കുറപ്പോടെ പറഞ്ഞാണല്ലോ നമ്മൾ ജനത്തിന്റെ പിൻതുണ കൈവശപ്പെടുത്തുന്നത്.

പേടിച്ചുപോയി അല്ലേ? ഞാൻ ചോദിച്ചു.

ഗോതമ്പ നിറമുള്ള മുഖം ജാള്യതകൊണ്ട് ചുവന്നു.

വീടെവിടെയാണ്?

അവൾ കിഴക്കു ദിക്കിലേക്കു കൈചൂണ്ടി.

ദാഹം തീർക്കാൻ എന്തെങ്കിലും കിട്ടുമോ?

അവൾ സഖിമാരെയൊന്നു നോക്കി. അവരാകട്ടെ അസൂയ കലർന്ന മന്ദസ്മിതം തിരികെ കൊടുത്ത് ചെയ്തുകൊണ്ടിരുന്ന പണി തുടർന്നു.

അവൾ നടന്നു.

ഉപ്പൂറ്റി മണ്ണിലേക്ക് കൂടുതൽ താഴുന്നതിന്റെ നിതംബതാളം ആസ്വദി ച്ച് ഞാൻ പിൻ തുടർന്നു.

ഈ ചെറ്റപ്പുരയിലേക്ക് കയറാൻ മടിയുണ്ടോ?

ചോദ്യം കേട്ടപ്പോഴാണ് എനിയ്ക്കു പരിസര ബോധമുണ്ടായത്.

എനിക്കങ്ങനെ വേർതിരിവൊന്നുമില്ലെന്നു പറഞ്ഞ് കുടിലിന്റെയു ള്ളിലേക്കു കുനിഞ്ഞു കയറി ഈറ്റകൊണ്ടു നിർമ്മിച്ച കട്ടിലിലിരുന്നു.

അവൾ മറയ്ക്കപ്പുറത്തേക്കു പോയി ഒരു മുളനാഴിയുമായി വന്ന് എനിയ്ക്കു നീട്ടി. അതിലെ ദ്രാവകത്തിന് മണമോ രുചിയോ നിറമോ ഉണ്ടായിരു ന്നില്ല. പക്ഷേ അത് അന്നനാളത്തിലൂടെ എരിഞ്ഞിറങ്ങിപ്പോവുന്നത് ഞാനറിഞ്ഞു.

രണ്ടാമത്തെ നാഴി പകുതി തീർത്ത് ഞാനവൾക്കു നൽകി. ആദ്യ മൊന്നു മടിച്ചു. ഇതാണ് ഞങ്ങളുടെ മര്യാദയെന്നു പറഞ്ഞപ്പോൾ സങ്കോചത്തോടെ അവർ സ്വീകരിച്ചു. പിന്നെ പരിചയപ്പെട്ടും നാട്ടുവർ ത്തമാനങ്ങൾ പങ്കിട്ടും ഞങ്ങളങ്ങടുത്തു. ഞാനൊന്നും വിട്ടുപറഞ്ഞില്ല.

മദ്യലഹരിയിൽ മനസു തുറക്കുന്ന മണ്ടൻമാരല്ലല്ലോ നമ്മൾ. ആയിരുന്നെങ്കിൽ ഈ പദവിയിലെത്തുമായിരുന്നില്ലല്ലോ. പിന്നെയുള്ളതെല്ലാം തീർത്തും ജൈവപരം.

പ്രത്യുപകാരം ചെയ്യണമെന്ന് ആത്മാർത്ഥമായും തോന്നിപ്പോയി. ഒരു മോതിരം ഊരിയെടുത്ത് ഞാനവളുടെ വിരലിലിട്ടു. അപ്പോഴത്തെ രോമാഞ്ചപ്രകടനമൊന്നു കാണേണ്ടതായിരുന്നു.

ഇനിയെന്നാ ഈ വഴിയൊക്കെ എന്ന് വിരഹ വേദനയുടെ നിശ്വാസപ്രകടനത്തിനിടയിൽ അവൾ ചോദിച്ചു.

നോക്കാം എന്നാശ്വസിപ്പിച്ച് ഞാൻ പിരിഞ്ഞു.

കഴിഞ്ഞയാഴ്ച അവളുടെ തോഴിമാരിലൊരാൾ എന്നെ കാണാൻ വന്നു. പ്രസ്തുത വ്യക്തി ഗർഭിണിയാണ്. മോതിരം അടയാളവും ആയുധമാക്കി എന്നെ മോശപ്പെടുത്തുകയാണ് ഉദ്ദേശ്യം, അതിന് എന്റെ പ്രതിയോഗികളാണ് കരുക്കൾ നീക്കുന്നത് എന്നൊക്കെയാണവൾ പറഞ്ഞത്.

യഥാസമയം വിവരം തന്നതിന് ഞാനവൾക്ക് കട്ടിയരഞ്ഞാണവും എന്റെ പ്രചാരണ വിഭാഗത്തിന്റെ കാര്യവാഹക സ്ഥാനവും നൽകി പറഞ്ഞയച്ചു.

അപ്പോൾ മോതിരം ലഭിച്ചുവെന്നവൾ സമ്മതിച്ചിരിക്കുന്നു. ആ ലോഹത്തിന്റെ ഇപ്പോഴത്തെ വിലയെത്രയാണെന്നറിയാമല്ലോ. താങ്കളുടെ ശുപാർശയിൽ വന്ന എന്റെ സാമ്പത്തിക ഉപദേഷ്ടാവു പറഞ്ഞത് സമ്മാനം കൂടിപ്പോയെന്നാണ്.

ഭരണഘടന നമുക്ക് അനുവദിച്ചു തന്നിട്ടുള്ള പ്രത്യേകമായ അവകാശങ്ങൾ ചോദ്യം ചെയ്യപ്പെടുന്നത് ആശാസ്യമല്ലല്ലോ. അത് ഭരണകർത്താക്കളായ നമ്മുടെ നിലനിൽപ്പിനു തന്നെ ഭീഷണിയാവില്ലേ? ഇതൊക്കെ കൈവിട്ടുപോയാൽ പിന്നെ പ്രജകളും നമ്മളും തമ്മിലുള്ള ദൂരം പൂജ്യത്തിലെത്തുമെന്നത് ഓർക്കാനേവയ്യ.

ഈ വിവാദത്തെ സംബന്ധിച്ച് ഒരു ധവളപത്രം ഇറക്കാമെന്നു ഞാൻ വിളംബരം ചെയ്തു. പക്ഷേ അതു പോര അധികാര മൊഴിയണം എന്നാണ് എന്റെ 'വിനീതരായ' ചിലർ ആഗ്രഹിക്കുന്നതും മറ്റും ചിലർ പരസ്യമായി ആവശ്യപ്പെടുന്നതും. അവരിൽ പലരും താങ്കളുടെ രാജ്യത്തെ തീരദേശ സുഖവാസ കേന്ദ്രങ്ങളിൽ വന്നു നടത്തിയിട്ടുള്ള വിനോദ വിശേഷങ്ങളുടെ വീഡിയോ എനിക്കു തന്നിട്ടുണ്ടല്ലോ. അറ്റ കൈയ്ക്ക് ആ ജൈവായുധങ്ങൾ ഞാൻ പ്രയോഗിക്കുമെന്ന് അവർക്കൊരു സൂചന നൽകണം. കടിച്ച പാമ്പിനെ കൊണ്ടു തന്നെ വിഷം

തിരികെയെടുപ്പിക്കണം. അപ്പോൾ എന്റെ ചെയ്തികൾ സുതാര്യവും പാരമ്പര്യാനുസൃതവും മാനുഷികവുമാണെന്ന് അവർക്കു പ്രജകളോടു പറയേണ്ടി വരും. നഷ്ടപ്പെട്ടുവെന്ന് ആരോപിക്കപ്പെടുന്ന എന്റെ പ്ര തിച്ഛായയ്ക്കു നിറം കൂടും. അന്തിമ വിജയം എനിക്കുള്ളതു തന്നെയാണ്. സഹായിക്കുമെന്ന വിശ്വാസത്തോടെ നിർത്തട്ടെ.

ബൗ ബൗ

പിന്നെയവർ കണ്ടുമുട്ടിയത് പരലോകത്തുവെച്ചാണ്. ചെവി കൂർപ്പിച്ച് ചെമ്പൻ ആകാംക്ഷയോടെ ചോദിച്ചു-നീയെങ്ങനെയിവിടെയെത്തി?

വെള്ളൻ നിസംഗതയോടെ വാലിളക്കിക്കൊണ്ടു പറഞ്ഞു. വാഴത്തോട്ടത്തിൽവെച്ചാണല്ലോ നമ്മൾ അവസാനമായി കണ്ടത്. നിന്റെ അവശതയെപ്പറ്റി ചോദിച്ചറിയാൻ തുടങ്ങിപ്പോഴല്ലേ അവരുടെ ആക്രമണമുണ്ടായത്. ഞാനോടി കൂട്ടിലെത്തി. പതിവില്ലാത്ത കിതപ്പുകണ്ട് വീട്ടുകാരെനിയ്ക്കു വെള്ളം തന്നു. കുടിയ്ക്കാൻ തോന്നിയില്ല. നിനക്കെന്തെങ്കിലും പറ്റിക്കാണുമോ എന്ന ആധിയായിരുന്നു മനസു നിറയെ. രാവിലെ പുറത്തിറങ്ങാൻ കിട്ടുന്ന കുറച്ചുനേരമാണ് നീയുമായുള്ള ചങ്ങാത്തത്തിന്റെ സുഖം അനുഭവിക്കുന്നതും നാട്ടുവർത്തമാനങ്ങളറിയുന്നതും. ഇതിനുപോലും നിവൃത്തിയില്ലാതെ ആയുസ്സു മുഴുവൻ കൂട്ടിലും ചങ്ങലയിലുമായിക്കഴിയുന്നവർ നിരവധിയുള്ളപ്പോൾ ഞാനൊരു ഭാഗ്യവാനാണെന്ന് പലപ്പോഴും തോന്നിയിട്ടുണ്ട്.

ചെമ്പൻ പറഞ്ഞു - നിനക്കുള്ളതിനേക്കാൾ ഭംഗിയും സൗകര്യവുമുള്ള കൂട്ടിൽ നിന്നാണ് ആദർശത്തിന്റെയും സ്വതന്ത്ര്യബോധത്തിന്റെയും പേരിൽ ഉപരി വർഗ്ഗക്കാരനായ എന്റെ സഹജീവിയോടും അന്നദാതാക്കളോടും കലഹിച്ച് ചാടിപ്പോന്നത്. ആമാശയത്തിലെ തീയും അരക്ഷിതാവസ്ഥയും അനുഭവിച്ചപ്പോൾ ആ സവർണ്ണന്റെ നിലപാടാണ് ശരിയെന്നെനിക്കും തോന്നിയിട്ടുമുണ്ട്. ഈ കാര്യം ഞാൻ പലതവണ നിന്നോടു പറഞ്ഞിട്ടുള്ളതാണ്. അതു പോട്ടെ പിന്നെയെന്തുണ്ടായി?

കൂട്ടിൽ അസ്വസ്ഥനായി നടന്ന എന്നെ നോക്കി വീട്ടുകാർ എന്തൊക്കയോ പരസ്പരം സംസാരിച്ച പിരിഞ്ഞു. ഉച്ചയ്ക്ക് തിന്നാനൊന്നും തന്നില്ല. സന്ധ്യയ്ക്ക് എന്റെ പാത്രം വൃത്തിയാക്കി ചോറും വേവിച്ച ഇറച്ചിയും കൂടിക്കുഴച്ച തന്നു. പതിവില്ലാത്തതാണ്. നീ പറഞ്ഞ പോലെ ആമാശയത്തിലെ എരിച്ചിൽ ആണല്ലോ പ്രധാനം. മുഴവനുമങ്ങു തിന്നു. അശുഭകരമായ എന്തോ ഒന്ന് എന്റെ കൂടിനു ചുറ്റും നടക്കുന്നതായി തോന്നി. എല്ലാ തോന്നലുകളും ശരിയാവണമെന്നില്ലല്ലോ എന്നു സമാധാനിച്ച് ഞാനൊന്നു മയങ്ങി. പിന്നെയിവിടെ ഇതാ നിന്റെയടുത്ത്.

ചെമ്പന്റെ മനസിൽ കുറ്റബോധത്തിന്റെ നീറ്റലുണ്ടായി.

എല്ലാത്തിനും കാരണം ഞാനാണ്. റബ്ബർതോട്ടത്തിൽ നടന്ന കാര്യം നീയെന്നോടു പറഞ്ഞതു മുതൽ ഞാനാകെ ഭ്രാന്തു പിടിച്ച അവസ്ഥയിലായിരുന്നു. നിനക്കറിയാമല്ലോ എവിടെ നിന്നോ വിശന്നുകരഞ്ഞുവന്ന അവളെ എന്റെ അമ്മയാണ് ഇരതേടാൻ സഹായിച്ചത്. അന്നു മുതൽ അവൾക്ക് കൂട്ടിനും കാവലിനും ഞാനുണ്ടായിരുന്നു. എന്നിട്ടവസാനം ആ മദ്ധ്യവയസ്കനായ കറുമ്പന്റെ കൂടെ സഹിക്കാൻ പറ്റുന്ന കാര്യമാണോ? അതിനൊപ്പം പട്ടിണിയും. ഇറക്കുമതിച്ചുങ്കത്തിന്റെ പേരിൽ ഇറച്ചിവെട്ടുകാരുടെ പണിമുടക്കും തുടർന്നു വന്ന ഹർത്താലുകളും. മൂന്നു ദിവസം

പട്ടിണിയിലായി. വിശപ്പും അമർഷവും കൊണ്ട് ഉഷ്ണിച്ച നടക്കുന്നതി നിടയിലാണ് ആളും വാഹനങ്ങളുമൊഴിഞ്ഞ റോഡിൽ ഡ്രൈവിങ്ങ് പഠിക്കാനിറങ്ങിയ ഒരു സ്ത്രീയുടെ കാർ എന്നെ തട്ടിയത്. ശരീരവേദന കൂടിയായപ്പോൾ എന്റെ നടപ്പും പെരുമാറ്റവും ഭ്രാന്തിനുതുല്യമായി. മനുഷ്യരുടെ ഭാഷയിൽ പറഞ്ഞാൽ പേപ്പട്ടി. എന്റെ അനുഭവം അവർക്കാണെങ്കിൽ അഭിനയവും ആത്മഹത്യയുമൊക്കെ സാധിയ്ക്കും. നമുക്കതു വശമില്ലല്ലോ. ഞാനുമായുള്ള അടുപ്പത്തിലൂടെ നിനക്കും ഭ്രാന്ത് പകർന്നിട്ടുണ്ടാവുമെന്ന് അവർ വിചാരിച്ചു കാണും. ഭക്ഷണത്തിൽ വിഷം ചേർത്തു തന്നു. വെള്ളൻ പറഞ്ഞു. ഒന്നിച്ചു നടക്കുകയും കിടക്കുകയും ചെയ്തിട്ടും കുസൃതിയോ വഷളത്തരമോ കാണിയ്ക്കാത്ത നീയൊരു മൊണ്ണയാണെന്ന് അവൾ വിചാരിച്ചിട്ടുണ്ടാവും. എല്ലാം മറന്നേക്ക്. ആട്ടെ വാഴത്തോട്ടത്തിൽ വെച്ചാണോ നീ കുടുങ്ങിയത്?

അല്ല ഞാനോടി തോടിന്റെയരികിലെ കൈതക്കാട്ടിലൊളിച്ചു. അപ്പോൾ ആ നാറിയും എവിടെ നിന്നോ ഓടിക്കിതച്ചവിടെയെത്തി. എനിയ്ക്കു കലിയിളകി. ചത്താലും വേണ്ടില്ല. ഒരു കടിയെങ്കിലും കൊടുക്കണമെന്നുറപ്പിച്ച് ഞാൻ ചാടിവീണു. ബഹളത്തിനിടയ്ക്ക് അവർ വന്നതറിഞ്ഞില്ല. എന്റെ തലയ്ക്കു തന്നെ ഒരെണ്ണം കിട്ടി. കണ്ണിലേക്ക് ഇരുട്ട് അരിച്ചുകയറി. പിന്നാലെ അവന്റെ നിലവിളിയും കേട്ടു. അതു കേട്ടപ്പോഴത്തെ എന്റെ ആനന്ദം പറഞ്ഞറിയിക്കാൻ പറ്റാത്തതായിരുന്നു.

അയ്യോ ദേ അവനുമെത്തി. കറുമ്പനെക്കണ്ട് വെള്ളൻ പറഞ്ഞു.

ചെമ്പന്റെ ദേഷ്യം വീണ്ടും തിളച്ചു. രണ്ടെണ്ണം കൊടുത്തിട്ടു തന്നെ. ഇവിടെയാരും എന്നെ തല്ലിക്കൊല്ലാനില്ലല്ലോ.

വെള്ളൻ തടഞ്ഞു - ഇത് പരലോകമാണ്. ഇവിടെ ശത്രുക്കളില്ല. നിയമം തെറ്റിച്ചാൽ തിരികെ ഭൂമിയിലേക്കു പറഞ്ഞുവിടും. നമുക്കിവിടം മതി. എനിയ്ക്ക് കൂടിന്റെ ശ്വാസം മുട്ടലുമില്ല, നിനക്ക് തെണ്ടിപ്പട്ടിയെന്ന പേരുദോഷവുമില്ല.

അവനും അവളും

മുഷിപ്പിക്കുന്ന കാത്തിരിപ്പിനൊടുവിൽ അവൾ പാൽഗ്ലാസ്സുമായി വന്നു. നാണവും സങ്കോചവും വാരിത്തേച്ച അവളുടെ മുഖത്തേക്ക് അവനൊന്നു പാളി നോക്കി.

ഗ്ലാസ് കൈമാറിയപ്പോൾ അവൻ സ്ത്രീ സ്പർശനത്തിന്റെ ആദ്യ സുഖമറിഞ്ഞവനെപ്പോലെ ഒന്നിളകി. പിന്നെ കീഴ്വഴക്കം തെറ്റിക്കാതെ പാൽ പകുതി കുടിച്ചു. തനിക്കു നീട്ടിയ ബാക്കി അവളൊരു ചുംബനത്തിന്റെ മാധുര്യത്തോടെ നുണഞ്ഞു.

കട്ടിലിലിരുന്ന് അവനവളെ ശിരസുകൊണ്ടു ക്ഷണിച്ചു. തിടുക്കപ്പെട്ടുന്ന മനസിനെ ശാസിച്ച് അവൾ സാവധാനം അവന്റെയരികിലിരുന്നു. തോളത്തുവെച്ച കൈ വിറയ്ക്കുന്നതിന്റെ കാരണമെന്താണെന്ന് അവൾ നോട്ടത്തിലൂടെ അവനോടു ചോദിച്ചു.

ഞാൻ ആദ്യമായിട്ടാ...

അവൻ വിവശതയോടെ പറഞ്ഞപ്പോൾ പോടാ കള്ളാ എന്നു മനസ്സിൽ പറഞ്ഞ് അവൾ മന്ദഹസിച്ചു. അവനവളെ പ്രേമപൂർവ്വം തന്നോടു ചേർത്തമർത്തി.

രേവതിയുടെ നിതംബ താളം തന്നിലൊരു അസ്വസ്ഥതയായി വിങ്ങിയതും ബ്ലൗസിലൊതുങ്ങാത്ത യൗവ്വനം ഞരമ്പുകളിൽ തീ കോരിയിട്ടതും തൊഴുത്തിലെ പുൽത്തൊട്ടി പലതവണ മേച്ചിൽപ്പുറമാക്കിയതും അവനോർത്തുപോയി.

അവളും ഓർക്കുകയായിരുന്നു.

വിജയന്റെ ദേഹത്ത് തന്റെ കൈവിരലുകളിഴഞ്ഞത്, കനത്ത ശ്വസനത്തിൽ പുതഞ്ഞ വിളി അവനെ ഉണർത്തിയത്. അവന്റെ അജ്ഞതയ്ക്കുമേൽ താനൊരു അതിശയമായി നിറഞ്ഞത്.

രാവിലെ വെളുത്ത കിടക്ക വിരിയിലെ മഞ്ഞപ്പൂക്കൾക്കിടയിൽ ചുവന്ന പൊട്ടുകൾ കണ്ട് അവനവളെ അഭിമാനത്തിന്റെ ആലിംഗനം കൊണ്ടു പൊതിഞ്ഞു. അവന്റെ നെഞ്ചിൽ ചേർന്നു നിന്ന് അവൾ ഉള്ളാലെ ചിരിച്ചു. പിന്നെ തിടുക്കത്തിൽ പിടിവിട്ടുവിച്ച് കിടക്കവിരിവലിച്ചെടുത്ത് അലക്കു മുറിയിലേക്കു നടക്കുന്നതിനിടയിൽ ചില്ലലമാരയിലെ കടും ചുവപ്പുനിറമുള്ള നെയിൽ പോളിഷ് അവളെ നോക്കി കള്ളീ എന്നു പിറുപിറുത്തു.

ഒന്നാം പ്രതി

ഇളംതണ്ടപ്പള്ള ബാങ്കിന്റെയുള്ളിലെ ചില്ലുമുറിയിലേക്ക് ആഗതൻ ഉഷ്ണിച്ചുകയറി. മൗസിനെ കൈപ്പത്തിയിലൊളിപ്പിച്ച് മോണിറ്ററിൽ നോക്കിയിരിക്കുന്ന മാനേജർ മുഖം നോക്കാതെ പറഞ്ഞു. ഇരിയ്ക്കൂ.

ആഗതൻ എളിമയോടെ ആസനസ്ഥനായി.

ഞാൻ വന്നത്...

പറഞ്ഞോളൂ...

എനിയ്ക്ക് വളരെ വേണ്ടപ്പെട്ട ഒരാൾ ഇവിടെ നിന്ന് വായ്പയെടുത്തിരുന്നു. അത് എന്തോ ആയി എന്നാണ് മൂപ്പര് പറയുന്നത്.

പേര് ?

ഷാജി.

അക്കൗണ്ട് നമ്പർ ?

അറിയില്ല.

വിലാസം?

ആഗതൻ വിലാസം പറഞ്ഞു.

ഓ....ഇത് ഓവർ ഡ്യൂ ആയിട്ടുണ്ട്.

എന്നു പറഞ്ഞാൽ?

എടുത്ത കാശ് തിരിച്ചടയ്ക്കേണ്ട കാലം എന്നോ കഴിഞ്ഞു.

എന്താണ് പരിഹാരം?

കാശ് തിരിച്ചടയ്ക്കണം.

അയാൾക്ക് അതിനു നിവൃത്തിയില്ല. എന്നോട് ഒത്തിരി തവണയായി സങ്കടം പറയുന്നു.

നിങ്ങളാരാ?

ദൈവം. എന്നെ കണ്ടിട്ട് മനസിലായില്ലേ?

മാനേജർ സൂക്ഷ്മമായി നോക്കിയിട്ടു പറഞ്ഞു - ഇല്ല. മനസിലാവുന്ന രൂപത്തിൽ വരണ്ടേ? ആട്ടെ എന്താണ് സംഭവിച്ചത്?

വാഴകൃഷിയ്ക്കാ വായ്പയെടുത്തത്. കുലച്ചു തുടങ്ങിയതാ. കാറ്റടിച്ച് മുഴുവനും ഒടിഞ്ഞുപോയി.

താങ്ങും വള്ളിയുമൊന്നും ഉണ്ടായിരുന്നില്ലെ?

ഉണ്ടായിരുന്നു. ചുഴലിക്കാറ്റായിരുന്നില്ലേ? നക്കിത്തുടച്ചു പോയി.

എല്ലാത്തിന്റെയും നിയന്ത്രണ കേന്ദ്രമല്ലേ? ഇത്രയ്ക്കുവേണ്ടിയിരുന്നില്ല.

ദൈവം ശബ്ദം താഴ്ത്തിപറഞ്ഞു. പണ്ടത്തെ നിയന്ത്രണ ശേഷിയൊന്നും ഇപ്പോഴില്ല. പലതും കൈവിട്ടു പോയിക്കൊണ്ടിരിക്കുകയാണ്.

തിരിച്ചടവ് നിർബന്ധമാണ്. പലിശ ഒഴിവാക്കുന്നതിനെക്കുറിച്ച ആലോചിയ്ക്കാം.

മറ്റൊന്നും..!

ഇതൊരു പണമിടപാട് സ്ഥാപനമാണ്. കാര്യങ്ങൾക്ക് നിയമാനുസൃതമായ നീക്കുപോക്കുണ്ടായില്ലെങ്കിൽ ഞങ്ങൾക്കു ചെയ്യാനുള്ളത്, പത്രപരസ്യവും ജപ്തിയുമാണ്.

അയ്യോ.... അതു ചെയ്യരുത് അയാൾ നിഷ്കളങ്കനായൊരു വിശ്വാസിയാണ്. അതുകൊണ്ടാ ഞാൻ നേരിട്ടു വന്നത്. മനോവിഷമവും മാനഹാനിയും മൂലം അയാൾ കടുംകൈയെന്തെങ്കിലും ചെയ്തുപോയാലോ?

എനിക്കൊന്നും ചെയ്യാൻ പറ്റില്ല. ഞാൻ വെറും ഇടനിലക്കാരൻ മാത്രം. ഇനി വല്ല മൊറട്ടോറിയമോ എഴുതിത്തള്ളലോ വന്നാൽ വന്നു. കടുംകൈയെന്തെങ്കിലും ചെയ്താൽ ഒന്നാം പ്രതി നിങ്ങളായിരിക്കും.

പടക്കം പൊട്ടുന്നു

അതങ്ങനെയാണ്. ശബ്ദം, രൂപം എന്നിവപോലെ തന്നെ ഗന്ധവും ഓർമ്മയുടെ നിലവറകൾ തുറക്കും. അവന്റെ മനസ്സിൽ ഓറഞ്ചിന് ഉത്സവത്തിന്റെയും തിരുനാളിന്റെയും സൗരഭ്യ മാണ്. പടക്കത്തിന് വിഷുവിന്റെയും. പുറത്തെ മീനച്ചൂടും അകത്തുണ്ടാ വേണ്ട കൊല്ലപരീക്ഷയുടെ ആധിയുമൊക്കെ അവനു നിസാരം. ആ മനസിലിപ്പോൾ കശുമാമ്പഴത്തിന്റെയും പടക്കത്തിന്റെയും മണം മാത്രം.

ഉത്സാഹത്തോടെ അവൻ പെറുക്കിശേഖരിക്കുന്ന കശുവണ്ടി അച്ഛൻ പൊതുമുതലിലേക്ക് വക കൊള്ളിയ്ക്കും. വിൽക്കുമ്പോൾ കരാർ പ്രകാരം അവന്റെ ശേഖരത്തിന് പ്രതിഫലം കൊടുക്കും. വിഷുവിന് പടക്കം വാങ്ങാനുള്ള കാശാണത്. നല്ല മനസാണെങ്കിൽ അച്ഛന്റെ വിഹിതവുമുണ്ടാകും.

കടയിലെത്തി ഓരോന്നിനും വില ചോദിയ്ക്കും. മനസിൽ ഗുണിക്കലും കൂട്ടലും നടക്കും. പലപ്പോഴും കണക്കു കൂട്ടൽ പരാജയപ്പെടും. മാറി നിന്ന് നിക്കറിലെ പോക്കറ്റിലെ കാശ് വീണ്ടുമെണ്ണി നോക്കും. മുൻപ് പലതവണ ചെയ്തിട്ടുള്ളതാണെങ്കിലും ഒരു സംശയനിവാരണം. കൂടിയോ എന്നല്ല കൈമോശം വന്നോ എന്ന്.

കടയിലുള്ള എല്ലാത്തരങ്ങളും വേണമെന്നാണ് മനസിൽ. കടുത്ത ശബ്ദമുള്ളതുവേണ്ട. അച്ഛൻ വഴക്കു പറയും. മാത്രമല്ല വളർത്തുനായ കൈസറിന് പടക്കത്തിന്റെ ശബ്ദം പേടിയാണ്. സിംഹത്തിന്റെ ചിത്ര മുള്ള കൂട്ടിലെ ബീഡി പടക്കത്തിനോടാണ് അവന് ആഭിമുഖ്യം കൂടുതൽ.

മറ്റുള്ളവർക്ക് അസൗകര്യമുണ്ടാക്കിയുള്ള അവന്റെ നിൽപ്പുകാണുമ്പോൾ കടക്കാരൻ ചോദിക്കും.

എന്തൊക്കെയാണ് വേണ്ടത്? വേഗം പറയൂ. അപ്പോൾ ആകെയൊരു അങ്കലാപ്പാണ്. ചൂണ്ടിക്കാണിക്കുന്നത് അയാളെടുത്തു ചെറിയ കൂട്ടയിലിടും. ഇടയ്ക്ക് പുതിയ മോഡൽ സാധനങ്ങളെക്കുറിച്ചുള്ള പ്രലോഭനീയമായ വർത്തമാനവുമുണ്ടാകും.

അപ്പോൾ അവന്റെ കൈ അറിയാതെ പോക്കറ്റിലേക്കു താഴും. ആകെ വിലയും മൂലധനവും തമ്മിൽ ഒരിക്കലും പൊരുത്തപ്പെടില്ല. അതു ശരിയാക്കാൻ എന്തെങ്കിലുമൊക്കെ കൂട്ടയിൽ നിന്ന് വീണ്ടും പടക്കത്തട്ടിലേക്ക്. അല്ലെങ്കിലൊരു തിരിച്ചെടുക്കൽ. അവസാനം കടക്കാരന്റെ വകയൊരു സൗജന്യവും. അത് തീർച്ചയായും പുതിയ മോഡൽ സാധനമായിരിക്കും.

പിന്നെ ധൃതിയിലൊരു മടക്കമാണ്. വഴിയിൽ പല തവണ കൂട് മണത്തു നോക്കും. അപ്പോൾ മനസിൽ പൊട്ടലും ചീറ്റലും നടക്കും.

വീട്ടിലെത്തിയാൽ പടക്കത്തിന്റെ പ്ലാസ്റ്റിക് കൂട് തുറന്ന് സൂക്ഷ്മത യോടെ നൂലഴിച്ച് (തിടുക്കപ്പെട്ടാൽ തിരിയിളകി ചിലപ്പോൾ പൊട്ടാതെ വരും.) ഓരോന്നെടുത്തു കത്തിച്ചും അങ്ങുമിങ്ങും നടന്നും വസ്തു വകകൾ വീണ്ടും വീണ്ടുമെടുത്തു നോക്കിയും സമയത്തെ രാത്രിയിലേക്ക് പിടിച്ചു വലിയ്ക്കും. മഴ പെയ്യാതിരിക്കാൻ തീവ്രമായി ആഗ്രഹിക്കും, പ്രാർത്ഥിക്കും.

അച്ഛൻ ആകാശത്തേക്കു നോക്കി നല്ല മഴക്കാറുണ്ട്, മഴ പെയ്തേ ക്കുമെന്നു പറയുമ്പോൾ അവന് ആശങ്കയാണ്. കപ്പയും കാച്ചിലുമൊ ക്കെ നടുന്ന കാര്യമാണ് അച്ഛന് പ്രധാനം. (ദൈവം ശരിയ്ക്കും ആശയ ക്കുഴപ്പത്തിലാവുന്ന പല അവസരങ്ങളിലൊന്ന്)

തണുപ്പേറ്റ് പടക്കം പൊട്ടാതെ വന്നാലോ എന്നു കരുതി, അത് അടുപ്പിനരികിലേക്കു മാറ്റിയപ്പോൾ അമ്മ ശകാരിച്ചു. കൊണ്ടുപോ യ്ക്കോണം. ഇവിടെ വെച്ചിട്ട് അതിനെങ്ങാനും തീ പിടിച്ചാൽ... ഓലപ്പു രയാ... മുഴുവനുമങ്ങു കത്തും.

എല്ലാം പെറുക്കിയെടുത്ത് വാലും താഴ്ത്തിയൊരു മടക്കം. രാത്രി തന്നെ അവനതെല്ലാം പൊട്ടിച്ചും കത്തിച്ചും തീർക്കുമായിരുന്നു. അല്ലെങ്കിൽ ഉറക്കം വരില്ല.

പിറ്റേന്നു കാലത്ത് പൊട്ടാത്തവ പെറുക്കിയെടുത്ത് കത്തികൊണ്ടു മുറിച്ച് ഉള്ളിലെ വെള്ളിപ്പൊടി കടലാസിലിട്ടു കത്തിക്കുമ്പോൾ വെൺ പ്രഭ കാണുന്നത് മറ്റൊരു വിനോദമായിരുന്നു. അവന്റെ വിഷുവിന്റെ സമാപന അറിയിപ്പായിരുന്നു അത്.

നിയോഗം

എന്തിനാണ ചങ്ങാതീ ഈ വിധം അക്ഷമനാകുന്നത്? വളരെ ചെറിയൊരു സൂചിയല്ലേ എന്റേത്? ആശ്രപത്രി സൂചിയെക്കാൾ എത്രയോ ചെറുത്. ശരീര വലുപ്പത്തിന്റെ കാര്യത്തിലാണെങ്കിൽ അന്തര മെന്നല്ല അന്താന്തരമെന്ന പറഞ്ഞാലും തികയില്ല. നിങ്ങളൊന്ന മെല്ലെ ഊതിയാൽ മതി ഞാൻ തെറിച്ചപോകാൻ. എന്നിട്ടും ഈ മരണക്കളി നടത്തുന്നത് ജീവൻ നിലനിർത്താൻ വേണ്ടിയാണ്.

ഞങ്ങളുടെ ആണങ്ങൾക്ക് ഇലയുടെ നീരൂറ്റിക്കുടിച്ചും ജീവിയ്ക്കാം. പക്ഷേ എന്നെപ്പോലെയുള്ള സ്ത്രീ വർഗ്ഗത്തിന് ചോരമാത്രമാണാഹാരം. നിങ്ങളൊരു പഴഞ്ചൊല്ല പറയാറില്ലേ? ക്ഷീരമുള്ളോരകിടിൽ ചുവട്ടിലും ചോര തന്നെ കൊതുകിന്ന കൗതുകം എന്ന്. കൗതുകം കൊണ്ടല്ല. ഞങ്ങളുടെ നിയോഗം ഇതായിപ്പോയി. ലിറ്റർ കണക്കിന് ചോരയു ണ്ടല്ലോ ശരീരത്തിൽ? അതിൽ നിന്ന് ഒരു തുള്ളി ഒരു തുള്ളി മാത്രം മതി. ഏതൊരു ജീവിയിക്കും വേണമല്ലോ മറ്റു ജീവികൾ തൻസഹായം എന്നല്ലേ? ഞാനും ജീവിച്ചോട്ടെ.

നാണം

കഴുത്തിൽ ബൽറ്റുള്ള ആ നായ ഞങ്ങളുടെ കവലയിലെത്തിയിട്ട് ഒരാഴ്ചയായി. വീട്ടിലുള്ള ആരുടെയെങ്കിലും കൂടെയിറങ്ങി ഇവിടെ കുടുങ്ങിപ്പോയതാണെന്നു കരുതാൻ ന്യായമില്ല. കാരണം പുറപ്പെട്ട സ്ഥലത്ത് തിരികെയെത്താൻ നായകൾക്ക് സവിശേഷമായൊരു കഴിവുണ്ട്. പിന്നെയെന്തുകൊണ്ട് തിരികെ പോകുന്നില്ല? ഒരുപക്ഷേ അസ്വാതന്ത്ര്യവും അവഗണനയും അവഹേളനവും സഹിച്ച് മതിയായി ക്കാണും. നായയാണെങ്കിലും അതിനുമുണ്ടല്ലോ ഒരു നട്ടെല്ല്. അവന്റെ വർഗത്തിൽപ്പെട്ട ചിലരൊക്കെ കവലയിൽ സ്ഥിര താമസക്കാരായു ണ്ട്. എന്നാൽ അവർക്കില്ലാത്തൊരു സ്വഭാവം നമ്മുടെ നായകനിൽ കാണുന്നു. ചില നേരങ്ങളിൽ വെളിപാടുണ്ടായിട്ടെന്നപോലെ വാലിൽ നോക്കി കുരയ്ക്കും. പിന്നെയതു കടിച്ചെടുക്കാൻ നോക്കും. ഈ പ്രവൃത്തി വട്ടം കറങ്ങലാവുകയും തലചുറ്റി വീഴാൻ തുടങ്ങുകയും ചെയ്യുമ്പോൾ തിരി കെക്കറങ്ങി അതാവർത്തിക്കുന്നു. ആദ്യമൊക്കെ ഞങ്ങൾക്കതൊരു കൗതുക കാഴ്ചയായിരുന്നു. പിന്നെയാണ് അതിനൊരു ദാർശനിക വശമുണ്ടെന്നു മനസിലായത്. മറ്റു വളർത്തു മൃഗങ്ങളൊന്നും വാലാട്ടിക്കാ ണിച്ചല്ലല്ലോ വിനയവും വിധേയത്വവും പ്രകടിപ്പിക്കുന്നത്. ആ നിലയ്ക്ക് വാലാണ് തന്റെ വർഗ്ഗത്തിന്റെ അടിമത്ത മനോഭാവത്തിനടിസ്ഥാന മെന്നും ആ അവയവം ഇല്ലാതാക്കിയാൽ വർഗ്ഗവിമോചനം സാധ്യമാ കുമെന്നും അവൻ വിശ്വസിക്കുന്നുണ്ടാവണം. മാത്രമല്ല, വാലാട്ടിയെന്ന പ്രയോഗവും നായയുടെ വാൽ പന്തീരാണ്ടുകൊല്ലം കുഴലിലിട്ടാലും എന്ന തുടങ്ങുന്ന പഴഞ്ചൊല്ലുമൊക്കെ തങ്ങളെ വർഗ്ഗീയമായി അധി ക്ഷേപിക്കാനുള്ളതാണെന്നും അവൻ തിരിച്ചറിഞ്ഞുകാണും.

പൂച്ചയാണെങ്കിലും...

ഒരു ദിവസം രണ്ടു പൂച്ചക്കുഞ്ഞുങ്ങൾ കരഞ്ഞു തളർന്ന് ഞങ്ങളുടെ വീട്ടിലെത്തി. ആരോ ഒഴിവാക്കിയതായിരിക്കും. ഭാര്യയും മക്കളും ചേർന്ന് അവർക്ക് അഭയവും ആഹാരവും നൽകി.

ഒരു പാത്രത്തിൽ നിന്ന് യാതൊരു മുമുറുപ്പുമില്ലാതെ അവർ തിന്നു വളർന്നു. പിന്നെ പിന്നെ അവൾ തിന്നുന്നത് അവൻ ക്ഷമയോടെ നോക്കിയിരിക്കും. എന്തെങ്കിലും അവശേഷിക്കുന്നുണ്ടെങ്കിൽ അവൻ തിന്നും. പറമ്പിൽ നിന്ന് ഓന്തിനെയോ അരണയെയോ കിട്ടിയാൽ പാതി കൊന്ന് അവൾക്ക് മുന്നിൽ എത്തിക്കും. അവളതിനെ തട്ടിക്കളിക്കുമ്പോഴും തിന്നുമ്പോഴും അവൻ നിർവികാരതയോടെ നോക്കിയിരിക്കും.

ഒരു വൈകുന്നേരം വരാന്തയിൽ കളിക്കുമ്പോഴാണ് അവർ ഒരു കണ്ടന്റെ ആഴവും അഭിനിവേശവുമുള്ള മ്യാവു കേട്ടത്. അവൻ ഓടി അടുക്കളവാതിലിന്റെ മറവിൽ ഒളിച്ചു.അവളാകട്ടെ എഴുന്നേറ്റിരുന്ന് ചെവിവട്ടം കറക്കി ശ്രദ്ധിച്ചു.

മറവിൽ നിന്നു തലനീട്ടി അവൻ പറഞ്ഞു ഇങ്ങോട്ടു പോര്.

ഇനി കാര്യങ്ങളുടെ നീക്കത്തെ രണ്ടു വഴിക്ക് വേണമെങ്കിൽ നിരീക്ഷിക്കാം

ഒന്ന് - പുച്ഛഭാവത്തിൽ അവൾ മീശയിളക്കി. പേടിത്തൊണ്ടൻ എന്ന് ആത്മഗതം ചെയ്തശേഷം അവൾക്ക് ഇങ്ങനെ പറയാം. എന്റെയടുത്ത് തോന്ന്യാസം കാണിച്ചാൽ അവന്റെ ഭാവി കട്ടപ്പൊകയാകും. മാധ്യമങ്ങളും നിയമവും കൂടി അവന്റെ പൂടപറിക്കും.

രണ്ട് -അവൻ പറയുന്നു, നിനക്കൊന്ന് പതുങ്ങി കൊടുത്താൽ മതി. അവൻ തൃപ്തിപ്പെട്ടു മടങ്ങും. പക്ഷേ എന്റെ കാര്യം അതല്ലല്ലോ. അവൻ കരുത്തനാണ്. എന്നെ കടിച്ചുമാന്തി ശരിയാക്കും.

ചിന്തിക്കുന്ന ജന്തു, ബുദ്ധിജീവി എന്നൊക്കെ അഹങ്കരിച്ച് നടക്കുമ്പോൾ പക്ഷിമൃഗാദികളിൽ നിന്ന് ഇനിയും ചിലതൊക്കെ പഠിക്കാനുണ്ടെന്ന് നാണത്തോടെ ഞങ്ങളിപ്പോൾ മനസ്സിലാക്കുന്നു.

കൃഷി

വിജയപ്പന് നെൽകൃഷി ഒരു ഉപജീവനമാർഗ്ഗം മാത്രമായിരുന്നില്ല. ജീവിതരീതിയും രതിസുഖസമാനമായൊരു വൈകാരികാനുഭൂതി കൂടിയായിരുന്നു. പക്ഷേ ധനപരമായ ആവശ്യങ്ങൾ ഏറിയപ്പോൾ മറ്റു പലരെയുംപോലെ അയാളും അത്യുൽപ്പാദന ശേഷിയുള്ള വിത്തെറിഞ്ഞ് വിളവുകൂട്ടാൻ നോക്കി.പ്രതിരോധശേഷി സ്വയം ആർജിക്കുകയും കളകളിൽ നിന്ന് ഊർജം സ്വീകരിക്കുകയും ചെയ്യുന്ന വിത്തായിരുന്നു അത്. പക്ഷേ ഒരു കുഴപ്പമുണ്ടായി. ജീൻ മാറ്റമുണ്ടായ നെൽച്ചെടിയും അതുമായി സാമ്യമുള്ള കളയും വളർന്നു നിറഞ്ഞപ്പോൾ ഏതു പറിച്ചു കളയണമെന്ന ആശയക്കുഴപ്പത്തിലായി അയാൾ. പ്രകൃതി നൽകിയ ജനിതകഘടനയെ മാറ്റി മറിക്കാൻ നമുക്ക് അവകാശമില്ലെന്നും അതു ഭാവിയിൽ പല സങ്കീർണതകൾക്കും കാരണമാവുമെന്നും കാളപൂട്ടുകാരൻ അച്ചുമ്മപ്പൻ മുന്നറിയിപ്പ് നൽകിയത് വിജയപ്പൻ അപ്പോഴാണ് ഓർത്തത്.

കാഴ്ച്ച

ബസ്സിൽ നിറയെ യാത്രക്കാരുണ്ടായിരിന്നു. ഒരാഴ്ച്ചത്തെ അഖണ്ഡനാമജപധ്യാനം കഴിഞ്ഞു മടങ്ങുന്നവരാണേറെയും. രണ്ടു സ്ത്രീകൾ മുൻസീറ്റിലിരുന്ന് ഗൗരവമായി സംസാരിക്കുകയാണ്. മുഖ്യ പുരോഹിതന്റെ വചന പ്രഘോഷണം നൽകിയ അദ്ധ്യാത്മിക സുഖവും രോഗശാന്തി ശുശ്രൂഷയും സാക്ഷ്യപ്പെടുത്തലുകളും ഓതിക്കെട്ടിയ ഉറുക്കും കൂടെക്കിട്ടിയ വെള്ളവുമൊക്കെയായിരിന്നു സംസാരവിഷയം. ഇതര പ്രർത്ഥനാകേന്ദ്രങ്ങളുമായുള്ള താരതമ്യവും അതിനിടയിൽ നടക്കുന്നുണ്ടായിരിന്നു. അതേ സമയം കൈക്കുഞ്ഞിനെയുമെടുത്ത് ഒരു സ്ത്രീ ഇരിപ്പിടം കിട്ടാതെ കമ്പിയിൽ ചാരിനിന്ന് വിഷമിക്കുന്നത് അവർ കണ്ടതേയില്ല.

സമർപ്പണം

ജനലിന്റെ രണ്ടാമത്തെ പാളിയും തുറന്ന് സിസ്റ്റർ ബനീറ്റ പുറംകാഴ്ച്ചയിലേക്ക് നിറഞ്ഞു.

പള്ളിമുറ്റം നിറയെ ആൾക്കാരുണ്ട്. അലങ്കരിച്ച വാഹനത്തിനരികിലായി അവൾ നിൽക്കുന്നു. കുവൈത്തിൽ നഴ്സാണെന്നാണ് കേട്ടത്. റോബിൻസൺ എവിടെ? വിവാഹവേഷത്തിൽ അവനെയൊന്നു കാണാൻ കഴിഞ്ഞിരുന്നെങ്കിൽ. വിളിപ്പുറത്ത് താനുണ്ടെന്ന് അവനറിയുന്നില്ലല്ലോ?

കുട്ടികൾ ബഹളം വെച്ചുതുടങ്ങിയപ്പോൾ അവർ മനസില്ലാമനസോടെ പുറം കാഴ്ചയിൽനിന്നും വേദപാഠം ക്ലാസിലേക്ക് മടങ്ങി.

എല്ലാവരും പുസ്തകം അടച്ചുവെക്ക്. കഴിഞ്ഞ ഞായറാഴ്ച്ച പഠിപ്പിച്ച പാട്ട് ആർക്കാണ് മുഴുവനും കാണാതെ ചൊല്ലാൻ പറ്റുന്നത്?

ഞാൻ പാടാം ഞാൻ പാടം എന്ന് കുട്ടികൾ കൈയ്യുയർത്തി സമ്മതമറിയിച്ചപ്പോൾ സിസ്റ്റർ പറഞ്ഞു.

ശരി ടോം പാടൂ.

ഈശോയ്ക്കേകുവാനൊന്നുമില്ലല്ലോ

ആശിച്ചാലുമെൻ പാപമല്ലാതെ

നാശമില്ലാതെ...

സിസ്റ്റർ ബനീറ്റയുടെ കണ്ണുകൾ വീണ്ടും അനുസരണയില്ലാത്ത കുഞ്ഞാടിനെപ്പോലെ വാതായനത്തിലൂടെ തുള്ളിയിറങ്ങി. അപ്പോൾ അവരൊരു കാഴ്ച്ചകണ്ടു.

ശാഠ്യം പിടിച്ചു കരയുന്ന കുഞ്ഞിനെ സന്ത്വാനിപ്പിക്കാനുള്ള ശ്രമത്തിലാണൊരാൾ. വാഹനത്തിലെ അലങ്കാരപ്പൂക്കളിലൊന്ന് അടർത്തി നൽകിയപ്പോൾ അവനതു വലിച്ചെറിഞ്ഞു. വണ്ടിയുടെ വാതിൽ തുറന്ന് അകത്തുകയറാനുള്ള ശ്രമവും അവന്റെ പ്രതിഷേധം മൂലം നടന്നില്ല. മാത്രമല്ല അയാളുടെ കൈയിലിരുന്നവൻ ഞെളിയുകയും അടിയ്ക്കുകയും കടിക്കുകയുമൊക്കെ ചെയ്യുന്നു. അപ്പോൾ വാഹനനിരക്കപ്പുറത്തുനിന്നും മൊബൈൽഫോണിൽ സംസാരിച്ചുകൊണ്ട് ഒരു സ്ത്രീ അവിടേയ്ക്കെത്തി. അയാളോട് എന്തോ പറഞ്ഞശേഷം ഫോൺ കൈമാറി കുട്ടിയെ ഏറ്റെടുത്തു. അവളുടെ അനുനയങ്ങൾക്കും അവനെ ശാന്തനാക്കാനായില്ല. വിശന്നിട്ടായിരിക്കും. പള്ളിയിലേക്കുള്ള ഒരുക്കത്തിനിടയിൽ വേണ്ട വിധത്തിലൊന്നും ലഭിച്ചുകാണില്ല. എങ്കിൽ അവൾക്കതു സാധിച്ചുകൊടുത്താലെന്താണ്? അവരുടെ വിചാരം പോലെതന്നെ അവൾ കുഞ്ഞിനെയുംകൊണ്ട് വാഹനത്തിനുള്ളിലേക്കു കയറി.

ഇപ്പോൾ അവനെ അവൾ മടിയിൽ കിടത്തിയിട്ടുണ്ടാവും. സാരിയുടെ മടക്കുകൾക്കിടയിലൂടെ കൈയ്യിട്ട്, ബ്ലൗസിന്റെ കൊളുത്തുകളെടുത്ത് അവനെ നെഞ്ചോടു ചേർത്ത്...

മേൽവസ്ത്രത്തിനുള്ളിലേക്ക് അരിച്ചെത്തിയ വിരലുകൾ കൊണ്ട് സിസ്റ്റർ ബനീറ്റ സാവകാശം ഉടുപ്പിന്റെ ഞൊറികൾ നേരെയാക്കിയപ്പോൾ ടോം, പാട്ടിന്റെ തുടർച്ച നഷ്ടപ്പെട്ടതിന്റെ വേവലാതിയിലായിരുന്നു.

സ്നേഹനായകാ നിന്നെ പിരിയാൻ

നിന്നെ പിരിയാൻ...

എന്താ മറന്നോ... ? മേലതങ്ങിൽ....അവരോർമ്മിപ്പിച്ചു.

മേലാതങ്ങിൽ ലയിക്കേണം ഞാനും.

കണ്ണും കാതും...

ടോം വീണ്ടും പാടിത്തുടങ്ങി.

മുറ്റത്തു നിന്നവർ മെല്ലെ പള്ളിയിലേക്കു നീങ്ങിത്തുടങ്ങി. ഇനി ബന്ധുമിത്രാദികൾക്കു മുന്നിൽ കാർമ്മികന്റെ വചനങ്ങൾ കേട്ട് അവർ നിൽക്കും.

താലികെട്ടും കുർബാനയും നടക്കും. അങ്ങനെ അവൻ പൂർണമായും അവളുടേതാകും.

നെഞ്ചിനുള്ളിൽ വളർന്നുവലുതായ വിങ്ങൽ അവർ നെടുവീർപ്പുകൾ കൊണ്ടു ലഘൂകരിക്കാൻ ശ്രമിക്കുന്നതിനിടയിൽ ഞാനും തന്നിടാമെന്നെമുഴുക്കെ എന്ന അവസാനവരിയും ചൊല്ലി ടോം വിജയഭാവത്തിൽ ഇരുന്നു.

സിസ്റ്റർ ഇനി ഞാൻ പാടാം ഞാൻ സിസ്റ്റർ എന്നിങ്ങനെയുള്ള അനുമതി ചോദ്യങ്ങൾക്ക് പിന്നെയവർ മറുപടി നൽകിയത് ഭൂതകാലത്തിൽ നിന്നുകൊണ്ടാണ്.

കുരുത്തോലപ്പെരുന്നാളുകഴിഞ്ഞ് മടങ്ങുമ്പോൾ പിന്നിൽനിന്നും അവൻ വിളിച്ചു. ആലീസേ...

പിന്നെ യാതൊരു മുഖവുരയുമില്ലാതെ റോബിൻസൺ പറഞ്ഞു. എനിക്കു നിന്നെ ഇഷ്ടമാണ്.

അപ്പോൾ ശിരസിൽനിന്നൊരു തരിപ്പിറങ്ങി കോശങ്ങളിലേക്കു വ്യാപിച്ചു. കൈയിലിരുന്ന കുരുത്തോല വിറച്ചു. അതുകണ്ട് അവൻ ചിരിച്ചു.

കുർബാനക്ക് അവൻ പതിവായി നിൽക്കാറുള്ളത് വിശുദ്ധ സെബാസ്റ്റ്യനോസിന്റെ രൂപക്കൂടിനരികിലാണ്. കാഴ്ച്ചപ്പുറത്ത് താനുണ്ടാവും. ഒരു നോട്ടം. ഒരു ചിരി. അന്നൊക്കെ ഞായറാഴ്ച്ചകൾക്കെത്ര അകലമായിരുന്നു?

നിന്റെ ഉപ്പൂറ്റികൾക്കെന്തു ഭംഗിയാ? കുഞ്ഞുങ്ങളുടേതുപോലെ.

അവിടം കണ്ടാണോ ഇഷ്ടപ്പെട്ടത്?

മറുപടിക്ക് അവൻ വാക്കുകളെയല്ല ആശ്രയിച്ചത്. കവിളിൽ പതിഞ്ഞ

ച്ചണ്ടിന്റെ ഇളം ചൂട് ശരീരമാകെ പടർന്നപ്പോഴേക്കും അവൻ സ്കൂളിന്റെ ഇടനാഴിയുടെ ഒളിവിൽ നിന്നും പുറത്തേക്കിറങ്ങിക്കഴിഞ്ഞിരുന്നു.

സിസ്റ്റർ ഇനി ഞാൻ-കുട്ടികൾ വീണ്ടും അനുമതിക്കായി ഒച്ചവെച്ചു. അപ്പോഴും അവർ യാന്ത്രികമായി മൂളി.

പൂത്തുനിൽക്കുന്ന നക്ഷത്രങ്ങളുടെ സ്വർഗ്ഗീയ സുഗന്ധവും നിലാവിന്റെ മഞ്ഞുകുളിരും കൊണ്ട് ധന്യമായ ഒരു ഇടവകത്തിരുന്നാൾ രാത്രി സെമിത്തേരിയുടെ മതിലിനു പുറത്തെ ഇരുട്ടിൽ വെച്ച് തന്റെ സംഭ്രമത്തെ അവൻ നേർത്തസ്പർശനംകൊണ്ട് തലോടിയൊതുക്കി. അവന്റെ നിശ്വസനം തന്റെ ശ്വാസമായി. പിന്നെ ജീവവൃക്ഷത്തിലെ പഴത്തിന്റെ മാധുര്യം അനുഭൂതിയുടെ അലൗകിതയിലേക്കുയർത്തിയതും. ഭയവും കിതപ്പും കൈകോർത്ത് തിരികെ നടന്നതും ആലീസേ നിനക്ക് ഞാനുണ്ടെന്ന് പറഞ്ഞ് ആശ്വസിപ്പിച്ചതും...

വിയർപ്പു പൊടിഞ്ഞ മുഖം ടൂവാലകൊണ്ട് തുടച്ച്, ക്രമരഹിതമായ നെഞ്ചിടിപ്പിനുമേൽ കൈയമർത്തി സിസ്റ്റർ ബനീറ്റ 'ഞാൻ പിഴയാളി' ചൊല്ലി, പിന്നെ ജനവാതിലുകളടച്ചുകൊളുത്തിട്ടു. പിന്നീട് കുട്ടികളോടായി പറഞ്ഞു.

ഇനി ആ പാട്ട് നമുക്കൊന്നിച്ചു പാടാം.

ഈശോയ്ക്കേകുവാനൊന്നുമില്ലല്ലോ,

ആശിച്ചാലുമെൻ പാപമല്ലാതെ..

ടാപ്പിങ്

റബ്ബർതൈ വാങ്ങിയ വകയിൽ ബാക്കികൊടുക്കാനുള്ള നൂറു രൂപയുമായിട്ടാണ് പൈലോച്ചൻ വൈകുന്നേരം തോമ്മാച്ചന്റെ വീട്ടിലെത്തിയത്. ഇടപാടു തീർക്കാൻ അയാൾ ആ നേരം തെരഞ്ഞെടുത്തതിൽ അൽപം വശപ്പിശകുണ്ട്. തോമ്മാച്ചൻ അന്തിക്കള്ളു വീശാൻ ഷാപ്പിലേക്കു പോയിട്ടുണ്ടാവുമെന്നും, തിരിച്ചെത്താൻ കുറച്ചുവൈകുമെന്നും വീട്ടിൽ അന്നാമ്മ തനിച്ചായിരിക്കുമെന്നും പൈലോയ്ക്കറിയാം. പാരമ്പര്യ വസ്ത്രത്തിനുള്ളിൽ വീർപ്പുമുട്ടുന്ന അന്നാമ്മയുടെ ശരീരപ്രകൃതി അയാളുടെ മനസിനെ ഒട്ടുപാൽകൊണ്ടെന്നപോലെ വരിഞ്ഞു മുറുക്കി തുടങ്ങിയിട്ട് കുറച്ചുനാളായി. കക്ഷി കർശനമായ സമ്പാദ്യശീലമുള്ളവളാണെന്നറിഞ്ഞതു മുതൽ എന്നാലവൾക്കൊരു പണി കൊടുത്തു തുടങ്ങാമെന്ന് പൈലോയും വിചാരിച്ചു. ആ അവസരമാണ് ഇപ്പോൾ റബ്ബർതൈയുടെ രൂപത്തിൽ കൈവന്നിരിക്കുന്നത്.

ങാഹാ....ഇതാരാ! വന്നേ കേറിയിരിക്ക് - അന്നാമ്മ സ്നേഹത്തോടെ ക്ഷണിച്ചു. ആളെ ബോധിച്ചാലെ അന്നാമ്മ അങ്ങനെ പറയാറുള്ളു.

പൈലോ തിണ്ണയിലെ ബഞ്ചിലിരുന്നു. നാട്ടുവർത്തമാനവും വീട്ടുവിശേഷങ്ങളുമായി കുറച്ചുനേരമങ്ങനെ കഴിഞ്ഞു.

പിന്നെ റബ്ബർതൈ, റബ്ബർ പാൽ തുടങ്ങിയ ഗൗരവമുള്ള കാര്യങ്ങളെക്കുറിച്ച് അവർ ചർച്ച ചെയ്തത് തെക്കുവശത്തെ ചായ്പിൽ വെച്ചാണ്. ഇറങ്ങാൻ നേരം പൈലോ കാശെടുത്തു നീട്ടി. പത്തിന്റെ പത്തു നോട്ടുകൾ. ങാഹാ....എന്നെയങ്ങനെയാണോ കരുതിയെ?

അത് അൻപതിൽ കൂടുതൽ കാണുമെന്ന ഉറപ്പോടെ അന്നാമ്മ പരിഭവിച്ചു.

എന്നാലും ഇതിരിക്കട്ടെ. ഒരു ജോഡി ചട്ടേം മുണ്ടും വാങ്ങാലോ. പൈലോ അത് അവരുടെ മേൽവസ്ത്രത്തിന്റെ ആഴത്തിലേക്കിറക്കി വെച്ചു. കള്ളച്ചിരിയോടെ അവരതു സ്വീകരിച്ചു.

വഴിയിൽ തോമ്മാച്ചനെ കണ്ടപ്പോൾ പൈലോ പറഞ്ഞു. റബ്ബർതൈയുടെ കാശ് ഞാൻ വീട്ടുകാരിയെ ഏൽപ്പിച്ചിട്ടൊണ്ട്.

കോഴിക്കുഞ്ഞുങ്ങളെ പിടിക്കാനെത്തിയ കീരിയെ ഓടിച്ചുവിട്ട് അവറ്റകളേയും ആട്ടിത്തെളിച്ച് അന്നാമ്മ വീട്ടുമുറ്റത്തെത്തിയപ്പോഴേക്കും പതിവില്ലാതെ നേരത്തെ തന്നെ തോമാച്ചനും വന്നെത്തിയിരുന്നു.

എടീ പൈലോ ഒരു നൂറു രൂപ നിന്റേൽ തന്നോ?

അന്നാമ്മയ്ക്ക് സന്ധിബന്ധങ്ങളിൽ വേദനയുണ്ടായി. അതപ്പോ എനിയ്ക്കുള്ളതായിരുന്നില്ലേ? അതു നൂറുരൂപയുണ്ടായിരുന്നോ? എണ്ണിനോക്കാൻ തൊടങ്ങിയപ്പോഴല്ലേ ആ മുടിഞ്ഞ കീരി വന്നത്. എന്റെ മാതാവേ ഇങ്ങനെ ഒരു കാലോ പറ്റീട്ടില്ല. ഒടുക്കം അന്നാമ്മ പറഞ്ഞു. ങാ....തന്നു.

തിരശ്ശീല

ക്ലബ്ബ് ഡാൻസും ബലാൽസംഗവും അടിപിടിയും സിനിമയിൽ അനിവാര്യമായിരുന്ന ഒരു കാലത്തെ ചിത്രപ്രദർശനശാലയിലേക്കാണ് ഞാൻ നിങ്ങളെ ക്ഷണിക്കുന്നത്.

ഒരു യുവതി കുനിഞ്ഞുനിന്ന് മുറി വൃത്തിയാക്കുന്നു. ക്യാമറ മാട്ടുകച്ചവടക്കാരനെപ്പോലെ അവളെയൊന്നു വലം വച്ച് മാറിടത്തിന്റെ സമൃദ്ധി നോക്കി വെള്ളമിറക്കുന്നു. എന്തോ ശബ്ദം കേട്ടവൾ തലയുയർത്തിയപ്പോൾ അവനെ കണ്ടു. അയാളുടെ വഷളൻ നോട്ടം അവളിൽ ഭയമുളവാക്കി. ചൂളുമായി പിന്നോട്ടു നടന്ന അവളെ മേശ തടഞ്ഞു നിർത്തി. കാമാവേശത്തോടെ അവനവളെ പൊക്കിയെടുത്ത് കട്ടിലിലിലിക്കിട്ടു. പിന്നെ കൈലിയും പാവാടയും വലിച്ചുയർത്താനുള്ള ശ്രമം നടത്തുന്നു. ക്യാമറ കുനിഞ്ഞുനോക്കി അതാസ്വദിക്കുകയും കൈലിയിലെ കമ്പനി സ്റ്റിക്കർ കാണികൾക്കു കാണിച്ചുതരികയും ചെയ്തു. (മീൻമാർക്ക് കൈലികളുപയോഗിച്ചാൽ ബലാൽസംഗസുഖമാസ്വദിക്കാം എന്നു സന്ദേശം.)

അതെന്തിനാ മമ്മീ? മാതാപിതാക്കൾക്കൊപ്പം സിനിമ കണ്ടുകൊണ്ടിരുന്ന മകൻ ചോദിച്ചു.

മമ്മി ഞെട്ടി. അവർ അടുത്തിരുന്ന ഭർത്താവിനെ നോക്കി. പിന്നെ തഞ്ചത്തിൽ ചുറ്റുപാടും.

അതേ, കുത്തിവെക്കാനാ. ഡാഡി അടക്കിയ സ്വരത്തിൽ പറഞ്ഞു.

അയാളു ഡൊട്ടരാ..?

ഓ... ഡാഡി ശബ്ദം താഴ്ത്തി മൂളി.

പ്രതിഷേധത്തിനും കരച്ചിലിലുമിടയിൽ തന്റെ ചന്തിയിൽ

സൂചിയിറക്കിയ ഡോക്ടറെ കുട്ടിയോർത്തു.

സൂചിയെവിടെ..?

അത്....അതു മോനു കാണാൻ മേല. അയാളുടെ കൈയിലുണ്ട്.

മുന്നോട്ടാഞ്ഞിരുന്നും കാലിൻമേൽ കാൽ കയറ്റിവെച്ചും പ്രേക്ഷകർ കാഴ്ച്ച ആസ്വദിക്കുകയാണ്.

അയാൾ അവളുടെ ബ്ലൗസ് വലിച്ചിറക്കാനുള്ള ശ്രമത്തിലാണ്.

കൈക്കും കുത്തിവെയ്ക്കുന്നുണ്ടോ? കുട്ടി ചോദിച്ചു.

അതിനുത്തരം നൽകാതെ, തിരശ്ശീലയിൽനിന്നും കണ്ണെടുക്കാതെ മമ്മി, ഡാഡിയുടെ കാതിൽ പറഞ്ഞു

ഇവനെ പുറത്തു കൊണ്ടുപോ..

തിരശ്ശീലയിലെ കാഴ്ച്ചസുഖം നഷ്ടപ്പെട്ടതിന്റെ നിരാശയോടെ അയാൾ മകന്റെ കൈക്ക് പിടിച്ചെഴുന്നേറ്റ് പറഞ്ഞു- മോൻവാ ചോക്ക്ലേറ്റ് വാങ്ങിത്തരാം.

കുട്ടി പറഞ്ഞു വേണ്ട എനിക്ക് കുത്തിവെക്കുന്നതു കാണണം.

കുറഞ്ഞ ചെലവിലൊരു വീട്

അന്നിവിടമെല്ലാം കാടായിരുന്നു. കുടിയേറ്റത്തിന്റെ കാലമായിരുന്നു.

മൊയ്തീൻ മുതലാളിക്ക് രണ്ടു പൂവൻകോഴികളേയും ഒരുകുപ്പി വാറ്റ ചാരായവും കാഴ്ച്ച നൽകിയാണ് ആ ഇരുപത്തിയഞ്ചേക്കർ അവർ സ്വന്തമാക്കിയത്. അതിന് അയാൾക്കൊപ്പം ഭാര്യയും പോയിരുന്നു. അവൾ കൂടെ പോയതെന്തിനെന്നു ചോദിച്ചാൽ ഒരു സഹായത്തിന് എന്നു ലളിതമായി പറയാമെങ്കിലും അതൊരു ലളിതമായ യാത്രയായിരുന്നില്ല. പിന്നെയത് ആവർത്തിച്ചു എന്ന് ചരിത്രം.

അരനൂറ്റാണ്ടിന് മുമ്പ് (പഴമയുടെ മണത്തിന് വീര്യം പോരെങ്കിൽ വായനക്കാർ ക്ഷമിക്കണം.) പാലായിൽനിന്നും മലബാറിലേക്ക് കുടിയേറിയ അയാൾ കുറഞ്ഞചെലവിലൊരു വീടുണ്ടാക്കിയതിനെക്കുറിച്ച് പറയാനായിരുന്നു ഈ മുഖവര.

വീട് എന്നുദ്ദേശിച്ചത് അതിനാവശ്യമായ മരപ്പണികളെയാണ്. ചെറിയ കാട്ടുമരം വെട്ടി തൂണാക്കി ഓടപൊട്ടിച്ചു മെടഞ്ഞ് മറയാക്കി, പുല്ലു മേഞ്ഞുണ്ടാക്കിയ വീടുകൾക്കു ശേഷമുള്ള ആവാസ വളർച്ചയെപ്പറ്റിയാണ് പറയുന്നത്.

വെട്ടിവീഴ്ത്തിയ കനത്ത കാട്ടുമരങ്ങൾ ഈർച്ചക്കാർ ഉരുപ്പടികളാക്കി. അയാളത് നനയാതെ ചായ്പ്പിൽ സൂക്ഷിച്ചു.

ഇനിയൊരു മരപ്പണിക്കാരനെ വേണം. പറഞ്ഞറിഞ്ഞ് പാപ്പിക്കുട്ടിയെന്നയാളെ ജനലും കട്ടിളയുമുണ്ടാക്കാൻ എർപ്പാടാക്കി. പാപ്പി അയാളുടെ വീട്ടിൽ ഉണ്ടുറങ്ങി പണിയെടുത്തു. അന്നങ്ങനെയാണ്...

താമസിച്ചപണിയുക, ആഴ്ച്ചയിലോ മാസത്തിലോ സ്വന്തം വീട്ടിൽ പോവുക.

ഇനി കാര്യങ്ങളൊന്നു കൊഴുക്കട്ടെ അല്ലങ്കെലിന്തു കഥാന്ത്യം? വീട്ടുകാരിയുടെ കണ്ണുകളിൽ കാമത്തിന്റെ ചുവന്ന കാന്താരി മുളകുകളുണ്ടായിരുന്നു.മേൽവസ്ത്രത്തെ അവഗണിച്ച നിൽക്കുന്ന കനത്ത മാറിടമുണ്ടായിരുന്നു. ചന്തി വലിയ 'ചൂരൽക്കുട്ട' പോലെ വീർത്തതും തുള്ളുന്നതുമായിരുന്നു.

പാപ്പിക്ക് കാട്ടുമരത്തിന്റെ ചൂരും കാഠിന്യവുമുണ്ടായിരുന്നു. എന്നും രാത്രി അത്താഴത്തിനു ശേഷം അയാൾക്ക് ഗൃഹനാഥൻ കൃത്യമായി പണിക്കൂലി കൊടുത്തിരുന്നു. വീട്ടുകാരി അത് പരസ്യമായല്ലാതെ വാങ്ങി മരപ്പെട്ടിയിൽ സൂക്ഷിക്കുമായിരുന്നു.

ആഭരണം - 1

ഇടവഴിയിലൂടെ അവൾ വീട്ടിലേക്കു നടക്കുകയാണ്. പിന്നാലെ വന്ന ഒരാൾ അവളുടെ മാല പൊട്ടിച്ചെടുത്ത് ഓടിപ്പോയി. ഒച്ചവെച്ചാൽ തന്നെ ആരും കേൾക്കാനില്ലാത്ത സ്ഥലം. സംഭ്രമത്തിന്റെയൊടുക്കം വീണുകിട്ടിയ സമചിത്തത അവളിലെ യുക്തിബോധത്തെ ഉണർത്തി.

കൊണ്ടുപോടാ. നൂറു രൂപ കൊടുത്താൽ എനിക്കു വേറൊരെണ്ണം വാങ്ങാം. അയാൾ മാലയിലേക്കു നോക്കി. പിന്നെ പല്ലിറുമ്മിക്കൊണ്ട് മലയാളത്തിൽ മേന്മയുള്ള ഒരു തെറി പറഞ്ഞ് നിനക്കൊരു സ്വർണ്ണമാലയിട്ടാലെന്താടീ എന്ന് ആത്മഗതം ചെയ്ത് അതു പിന്നിലേക്കു വലിച്ചെറിഞ്ഞു. പക്ഷേ അതൊരു സ്വർണ്ണമാലതന്നെയായിരുന്നു.

ആഭരണം - 2

വീടുകൾ കയറിയിറങ്ങി അലൂമിനിയപാത്രങ്ങൾ തവണ വ്യവസ്ഥയിൽ വിൽക്കുന്ന ഒരാളുടെ കഥയാണിത്. വർഷം 1985

അലൂമിനിയ പാത്രങ്ങളേയ്.

കിരുകിര ശബ്ദിക്കുന്ന കുട്ടയുമായി അയാൾ വീട്ടിലേക്കു ചെന്നു.

ചട്ടയിട്ട ഒരു തടിച്ച സ്ത്രീ ഇറങ്ങിവന്നു.

ഇവിടെ അതിയാനില്ലല്ലോ

പിള്ളേരില്ലേ ചേടത്തീ.?

ഇല്ല അവരൊക്കെ അങ്ങേക്കരേലൊരു മരിച്ചടക്കിനു പോയിരിക്കുവാ.

ങാ... എന്തായാലും പാത്രം നോക്ക്. കാശ് ഇനിയത്തെ വരവിന് തന്നാൽ മതി.

ചേടത്തി കുനിഞ്ഞു നിന്ന് പാത്രങ്ങൾ നോക്കുമ്പോൾ തടിച്ച മാലയുടെ അറ്റത്തെ കുരിശ്കൊത്തിയ ലോക്കറ്റ് കലത്തിന്റെ വക്കിൽ തട്ടി ചിലമ്പി.

അയാളുടെയുള്ളിൽ അതിന്റെ പ്രതിധ്വനി തുടർന്നുകൊണ്ടേയിരുന്നു.

അയാളാ മാല പൊട്ടിച്ചോടിപ്പോയി.

പക്ഷേ അതൊരു മുക്കുപണ്ടമായിരുന്നു

സുഭാഷിണിയും ഞാനും മിന്നാമിനുങ്ങും

ഇന്നും കറന്റ് വരില്ലെന്നാ തോന്നുന്നത്.

ചിമ്മിണിയുടെ വിരലുകൾക്കിടയിലേക്ക് ചുണ്ണാമ്പു തേച്ചതിളക്കംവരുത്തിയ ചില്ലിറക്കിവെച്ചുകൊണ്ട് അവൾ പറഞ്ഞു. പിന്നെ ചോദിച്ചു.

ഇന്നു മഴ പെയ്യുമോ?

കർക്കിടകത്തിലെ വെയിലുള്ള ഒരു പകൽ തീർന്ന നേരമായിരുന്നത്. ആകാശത്ത് കാർമേഘത്തിന്റെ ഒരു തുണ്ടുപോലുമുണ്ടായിരുന്നില്ല.

അതു മഴയോടു ചോദിക്കണം. ഞാനെന്താ മഴച്ചാത്തനാണോ?

അവൾ പെട്ടെന്ന് എന്റെ ചെവിപിടിച്ചുഞെരിച്ചു. എനിയ്ക്കു നന്നായിനൊന്തു. അരിശവും തോന്നി.

നിനക്കിപ്പോ എന്താണന്നറിയേണ്ടത്?

ഗൾഫിൽ നിന്നു വന്ന സുഹൃത്തിന്റെയൊപ്പം നഗരത്തിൽ പോയി ഒന്നു മിനുങ്ങാൻ പറഞ്ഞുറപ്പിച്ചതാണ്. നേരം പുലർന്നപ്പോൾ അതാകെ അലമ്പായി. പണിയ്ക്കു വരാമെന്നേറ്റിരുന്നവരിൽ ഒരുവനില്ല. അവന്റെ അമ്മായിയമ്മ മരിച്ചുവത്രെ. കവുങ്ങിനു മരുന്നു തളിയ്ക്കാനുള്ള ഒരുക്കത്തിലായിരുന്നു. പിറ്റേന്നത്തേക്കു മാറ്റിയാൽ ആളെ കിട്ടിയില്ലെന്നു വരും. എല്ലായിടത്തും മരുന്നു തളിയ്ക്കലിന്റെ തെരക്കാണ്. അതിനാൽ പകൽ മുഴുവൻ സ്പെയറിന്റെ ഹാർഡിൽ തള്ളിക്കൊടുക്കേണ്ടി വന്നു. പതിവു

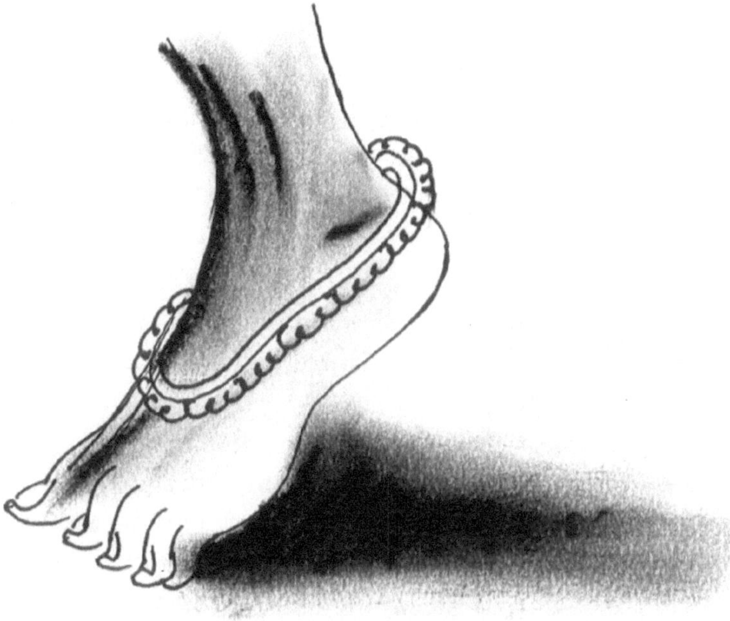

പണിയല്ലാത്തതിനാൽ വല്ലാത്ത ക്ഷീണം. അപ്പോഴാണവളുടെയൊരു ശൃംഗാരം. ദേഷ്യം വരാതിരിക്കുമോ?

സ്നേഹാർദ്രമായൊരു പ്രതികരണം പ്രതീക്ഷിച്ച അവൾക്ക് എന്റെ പെരുമാറ്റം അമ്പരപ്പുണ്ടാക്കിയിരിക്കണം. അവളോടിതുവരെ ദേഷ്യപ്പെട്ടിട്ടില്ല. വേണ്ടായിരുന്നു. സുഭയെ ഭാര്യയാകിട്ടിയത് പൂർവ്വനിശ്ചയമാണെന്നു പലപ്പോഴും തോന്നിയിട്ടുണ്ട്.

എന്റെ വാക്ക് വിശ്വസിച്ച് നാലുകൊല്ലമാണവൾ കാത്തിരുന്നത്. അപൂർവ്വമായി മാത്രം കത്തുകളെഴുതി. വാക്കുകൾക്കിടയിൽ പോലും വാഗ്ദാനത്തിന്റെ സൂചനയില്ലാത്ത കത്തുകളായിരുന്നു അതൊക്കെ.

ഒരിക്കൽ അവളെഴുതി.

അനിയത്തിയുടെ കല്യാണം നിശ്ചയിച്ചു. എന്റെ പൂർണ്ണസമ്മതത്തോടെ. വായിച്ചപ്പോൾ കുറ്റബോധം തോന്നി. മിന്നാമിനുങ്ങിക്കണ്ണുകളും കഴുത്തിൽ മാംസഞ്ഞൊറിവുമുള്ള ആരതിയോടൊപ്പം അന്തിയുറങ്ങിയ നേരങ്ങളിൽ സുധയൊരു ലക്ഷ്മണ രേഖയായി തോന്നിയിരുന്നില്ലല്ലോ.

അത്താഴം കഴിയ്ക്കണ്ടേ?

അവൾ വാതിൽക്കൽ വന്നുനിന്നു ചോദിച്ചു. ഞാൻ ഗൗരവത്തിൽ മൂളി.

സാധാരണയിൽ നിന്നു വിഭിന്നമായി ഊൺമുറി നിർജ്ജീവമാണ്. അനുജനും അനുജത്തിയും മിണ്ടാട്ടമില്ലാതെ ഭക്ഷണം കഴിയ്ക്കുകയാണ്. അവളും. ഞാൻ നല്ല മൂഡിലല്ലെന്ന് അറിവു കിട്ടിയെന്നു തോന്നുന്നു. അല്ലെങ്കിൽ അത്താഴ നേരത്താണ് ഞങ്ങൾ പരദൂഷണം പറയുന്നതും അനുജത്തി കോളജ് വിശേഷങ്ങൾ നിരത്തുന്നതും.

എല്ലാവർക്കും മുമ്പേ കൈകഴുകാൻ പുറത്തേക്കിറങ്ങവേ ഊണുമുറി മെല്ലെ ഉണരുന്നതു കേട്ടു.

ഞാനെന്തിനാണവളോടു ദേഷ്യപ്പെട്ടത്? ഊൺമേശയിലെ ആഹ്ലാദം കെടുത്തിയത്?

ഇന്നെന്താ ഒച്ചപ്പാടൊന്നും കേട്ടില്ലല്ലോ എന്ന് അച്ഛൻ ചോദിക്കുന്നതും ശരിയാ ഇതെന്തു പറ്റിപ്പോയി എല്ലാത്തിനും അല്ലെങ്കിൽ തട്ടുപൊളിയ്ക്കുന്നതാണല്ലോ എന്ന് അമ്മയും തിണ്ണയിലിരുന്നു സംശയിക്കുന്നത് അവ്യക്തമായി കേട്ടു.

വിളക്കു കെടുത്തി കിടന്നേക്കാം. അരിശം നിലനിൽക്കുന്നുവെന്നുതന്നെ അവൾ കരുതിക്കോട്ടെ. പിണക്കത്തെ തുടർന്നുള്ള ആശ്വസിപ്പിക്കലും തലോടലുകളുമൊക്കെയനുഭവിക്കുന്നത് സുഖമുള്ള കാര്യമാണ്. ഞങ്ങളെ സംബന്ധിച്ച് തഴുകലും സംസാരവുമാണ് കാര്യങ്ങളിലേക്കു കടക്കുന്നതിന്റെ തുടക്കം.

വിവാഹത്തിന്റെ ആദ്യനാളുകളിൽ അവളെ തൊടാൻ എന്തൊരു സങ്കോചമായിരുന്നെന്നോ? ഒരേ കട്ടിലിൽ ഉറങ്ങിയിട്ടും വല്ലാത്തൊരു വിമുഖതയായിരുന്നു. ഒടുക്കം നാലു ദിവസത്തിനുശേഷം പുതപ്പ് പ്രശ്നത്തിൽ തുടങ്ങിയ കൃത്രിമപ്പിണക്കം അനുനയത്തിലേക്കും സാന്ത്വനത്തിലേക്കും സ്പർശനത്തിലേക്കും പിന്നീട്...

പക്ഷേ അപ്പോഴും സങ്കോചത്തിന്റെയൊരു കരിമേഘത്തുണ്ട് മനസിന്റെ കോണിലെവിടെയോ ബാക്കി നിന്നു. അതു മാഞ്ഞത്

കഴുത്തിൽ മാംസ ഞൊറിവുള്ള മിന്നാമിനുങ്ങിന്റെ പ്രകാശം ഉള്ളിലേക്കു സ്വീകരിച്ചപ്പോഴാണ്. ക്രമേണ ആ വെളിച്ചം എന്നിൽ നിന്നുമിറങ്ങിപ്പോവുകയും ഒടുക്കമെത്തു തീരെയില്ലാതാവുകയും ചെയ്തു.

ങാഹാ വിളക്കു കെടുത്തിയോ?

തപ്പിത്തടഞ്ഞുവന്ന അവൾ ചോദിച്ചു. ഞാൻ മിണ്ടിയില്ല.

കതകടച്ച് ഓടാമ്പലിടുന്നു. പിന്നെ കട്ടിലിരുന്ന് തലയിണയ്ക്കടിയിൽ പരതി തീപ്പെട്ടിയെടുത്തു. കൊള്ളിയെടുത്തുരയ്ക്കുന്നതിന്റെയും ചിമ്മിനിയുടെ ചില്ലുയർത്തിവെക്കുന്നതിന്റെയും ശബ്ദം കേട്ടു. ഞാൻ കൺപീലികളുടെ വേലിയ്ക്കിടയിലൂടെ അവളെ നിരീക്ഷിച്ചു. അവളാകട്ടെ എന്നെയൊന്നു നോക്കിയ ശേഷം മേശവലിപ്പിൽ നിന്നും ഗൾഫ് സുഹൃത്ത് തന്നനെയിൽകട്ടറെടുത്ത് കൊലുസിന്റെ കൊളുത്തകറ്റി അഴിച്ചുവെക്കുന്നു.

ഇന്നെന്താണിങ്ങനെ? കഴിഞ്ഞ നാളുകളിലൊന്നും അവളതഴിച്ചുവെച്ചിരുന്നില്ലല്ലോ. അവളെന്നെ സമീപിച്ചപ്പോൾ ഞാൻ കണ്ണുകളടച്ചു. ഹൊ....വല്ലാത്തൊരുറക്കം തന്നെ.

അവൾ വിളക്കുതികെടുത്തിയത് അരിശത്തോടെയായിരുന്നു. പിന്നെ എന്നെ തൊട്ടുകിടന്ന് എന്റെ നെഞ്ചിൽ കൈവെച്ച് കാതിൽ മെല്ലെവിളിച്ചു. മറുപടി കിട്ടാത്തതിനാൽ മെല്ലെ ചെവി പിടിച്ചുഴിഞ്ഞു.

വേദനിച്ചോ? കളിയായിട്ടുചെയ്തതല്ലേ?

അപ്പോഴും ഞാൻ മിണ്ടിയില്ല. എത്രവരെ പോകുമെന്നറിയാമല്ലോ.

എന്തിനാങ്ങനെ എന്നോട്.....?

അവളുടെ ശബ്ദത്തിൽ നോവിന്റെ നനവു പുരളാൻ തുടങ്ങുന്നുവെന്നു തോന്നിയപ്പോൾ ഞാനവളെ മെല്ലെ എന്നോടമർത്തി.

ങാഹാ....കള്ളയുറക്കമാരുന്നോ? ദേ ഇന്ന് രാത്രി മഴ പെയ്യുമെന്നാ തോന്നുന്നെ.

നിന്റെയൊടുകത്തെയൊരു മഴ. വേറൊന്നും പറയാനില്ലെങ്കിൽ ഉറങ്ങാൻ നോക്ക്.

കഴിഞ്ഞ രാത്രികളിൽ നിന്നും വ്യത്യസ്തമായി ഞാൻ നിരുന്മേഷവാനാണ്. വെയിൽ കാണാൻ തുടങ്ങിയ അന്നു മുതൽ എനിയ്ക്കെന്തോ ഒരു മടുപ്പ്.

അവളെന്റെ ചെവിയിൽ മൃദുവായി കടിച്ച് എന്നിലേക്കു നിറയാനുള്ള ശ്രമത്തിലായിരുന്നു.

എന്റെ മിന്നാമിനുങ്ങിനെ മുറിയിലേക്കു വരുത്താനുള്ള ധ്യാനത്തിനിടയിൽ തികച്ചും യാന്ത്രികമായാണ് ഞാനവളെ വീണ്ടും

എന്നോടുചേർത്തമർത്തിയത്. പെട്ടെന്ന് മുറിയിൽ നിലാവിന്റെ നേരിയൊരു വെളിച്ചം പ്രത്യക്ഷമായതായി എനിയ്ക്കു വെളിപ്പെട്ടു. അതൊരു വെറും തോന്നലല്ല എന്ന ഉറച്ചബോധ്യത്തോടെയാണ് ഞാൻ മച്ചിലേക്കു കണ്ണുതുറന്നത്. ഏറെനാൾ കാണാതിരുന്നതിനാലായിരിക്കാം അതിന് നല്ല പ്രകാശമുണ്ടായിരുന്നു. കഴുത്തിലെ മാംസഞൊറിവുകൾക്കിടയിൽ പതിവിലുമധികം നനവുണ്ടായിരുന്നു. അപ്പോൾ മഴയുടെ തുടക്കമെന്നപോലെ ജാലകത്തിലൂടെ ഒരു തണുത്ത കാറ്റ് കടന്നു വന്നു.

പ്രമോഷൻ -1

പുറത്ത് വെയിൽ തിളയ്ക്കുന്നു.

ഉച്ചയൂണിനു ശേഷമൊന്നു മയങ്ങാൻ തുടങ്ങുമ്പോഴാണ് അവരെത്തിയത്. പാന്റ്സും ഷൂസും ടൈയുമൊക്കെയണിഞ്ഞ നാലുപേർ. മനുഷ്യനു വേണ്ടതും വേണ്ടാത്തതും മാർക്കറ്റിലെത്തുന്നതിനു മുമ്പെ നേരിട്ടുവന്നു പരിചയപ്പെടുത്തി വില കുറച്ചു നൽകി സുഖിപ്പിക്കുന്ന ഉദാരമതികളായിരിക്കുമെന്നാണ് ആദ്യം കരുതിയത്. പക്ഷേ ആരുടെ തോളത്തും ഭാരപ്പെട്ട ബാഗില്ല. കൈയിൽ ഫയലുകൾ മാത്രം.

ഗുഡ്മോണിംഗ് സാർ, അവർ ഒരേ സ്വരത്തിൽ പറഞ്ഞു.

സർ ഫിലിം കാണാറുണ്ടോ? ഒരാൾ ചോദിച്ചു.

ഞാനൊരു സ്ഥിരം പ്രേക്ഷകനല്ല.

അതീ കാലത്തു സാധിക്കില്ല. എന്താ ഇപ്പോഴത്തെ ടിക്കറ്റ് ചാർജ്ജ്?

സർ വെള്ളരിമലയ്ക്കപ്പുറം എന്ന ഫിലിം കണ്ടോ?

ഇല്ല.

അവരുടെ മുഖമൊന്നു തെളിഞ്ഞു.

സാറിനെക്കൂടാതെ ഇവിടെ എത്ര മെമ്പേഴ്സുണ്ട്?

മൂന്ന്

അവരുടെ വദനപ്രകാശം പിന്നെയും കൂടി.

സോ. സർ. പുതിയ സിനിമകളുടെ പ്രമോഷൻ പ്രോഗ്രാമുകൾ ടിവിയിൽ കാണാറുണ്ടോ?

ചിലപ്പോഴൊക്കെ.

വെള്ളരിമലയ്ക്കപ്പുറം എന്ന സിനിമ സാറും കുടുംബവും തീർച്ചയായും തീയേറ്ററിൽ പോയി ബാൽക്കണി ടിക്കറ്റെടുത്തു കാണണം. അത് ചിലപ്പോൾ നിങ്ങൾക്കൊരു പ്രതീക്ഷിക്കാത്ത ഭാഗ്യം നൽകിയേക്കാം. ഞങ്ങളുടെ ഓഫറാണ്. പടം കണ്ടിറങ്ങുമ്പോൾ ടിക്കറ്റിന്റെ പീസിൽ സാറിന്റെ ഫോൺ നമ്പറെഴുതി തീയേറ്ററിൽ വെച്ചിരിക്കുന്ന പെട്ടിയിലിടണം. പിന്നെയതു നറുക്കെടുത്ത് ടെൻ മെമ്പേഴ്സിനെ കണ്ടെത്തും. അത് ഈ സിനിമയുടെ ഹിറോയാണ് നിർവ്വഹിക്കുന്നത്. സെക്കൻഡ് പ്രൈസ് എന്നത് ഈ ഫിലിം ചെയ്ത ഡയറക്ടറുടെ അടുത്ത പ്രോജക്ടിൽ അഭിനയിക്കാനവസരം ലഭിയ്ക്കുമെന്നതാണ്. ഫസ്റ്റ് പ്രൈസ് എന്നത് ഈ ഫിലിമിലെ ഹീറോയിനോടൊപ്പം രണ്ടു ദിവസം അവരുടെ ഹൈദരാബാദിലെ വീട്ടിൽ കഴിയാമെന്നതാണ്. പ്ലെയിൻ ടിക്കറ്റടക്കമുള്ള ചെലവുകൾ നിർമ്മാണക്കമ്പനി വഹിയ്ക്കും. എന്നാൽ ഞങ്ങളിറങ്ങട്ടെ. സാറും കുടുംബവും തീർച്ചയായും ഈ സിനിമ കാണണം.

ഈ സിനിമയുമായി നിങ്ങൾക്കുള്ള ബന്ധമെന്താണ്?

ഞങ്ങൾ പ്രമോട്ടേഴ്സാണ്. എം.ബി.എ കഴിഞ്ഞവർ. മാർക്കറ്റിംങ്ങും മാർക്കറ്റിങ്ങ് സ്റ്റഡിയുമാണു സാർ.

പ്രമോഷൻ - 2

കോളിംഗ് ബെൽ ശബ്ദിച്ചു. വാതിൽ തുറന്നപ്പോൾ ഒരു സ്ത്രീയും മകളെന്നു തോന്നിക്കുന്ന പെൺകുട്ടിയുമടക്കം അഞ്ചുപേർ. ആരെയും പരിചയമില്ല. ഉത്സവക്കാലമാണ്. എത്രദൂരത്തു നിന്നും അവർ പ്രത്യക്ഷപ്പെടാം.

പ്രഥമ വീക്ഷണത്തിൽ ആരുടെയും കൈയിൽ നോട്ടീസ് ബുക്കോ രസീതുബുക്കോ ഇല്ല. പക്ഷേ ആകാംക്ഷ അടങ്ങുന്നില്ല. ചിരിച്ചുകൊണ്ട് ഇരിയ്ക്കാൻ പറഞ്ഞു.

തികയാത്ത ഇരിപ്പിടമെടുക്കാൻ അകത്തേക്കു നടക്കാനൊരുങ്ങിയപ്പോൾ ആഗതിലൊരാൾ തടഞ്ഞു.

വേണ്ട. ഇരിയ്ക്കാൻ നേരമില്ല. ഞങ്ങൾ വന്നത് ഒരു പ്രത്യേക കാര്യം പറയാനാണ്. ചേട്ടന് മൊബൈൽ ഫോണുണ്ടല്ലോ അല്ലേ.

ഉണ്ട്.

ലാൻഡ് ലൈൻ പെട്ടി ഉറുമ്പുകൂട്ടുകളായി മാറിയപ്പോൾ നിവൃത്തികെട്ട് വാങ്ങിയതാണ്.

ഇവളെ അറിയുമല്ലോ അല്ലേ..

ഒരാൾ പെൺകുട്ടിയെ ചൂണ്ടി ചോദിച്ചു.

തിരിച്ചറിയാൻ കഴിയുന്നില്ല. പ്രായപൂർത്തിയായ ഒരു മകന്റെ പിതാവാണ് ഞാനെന്നോർക്കണം. അവന്റെ പ്രായത്തിൽ ഞാനൊരു മികച്ച കലാകാരനായിരുന്നവെന്ന കാര്യവും തികട്ടി വന്നു.

കന്യാകുമാരി എന്ന ചാനലിലെ ഡാൻസ് റിയാലിറ്റി ഷോയിൽ പങ്കെടുക്കുന്നുണ്ട്. നിങ്ങളുടെയൊക്കെ എസ്.എം എസ്. ആണ് ഇവളുടെ ഭാവി തീരുമാനിക്കുന്നത്. ടി.വി.യിലൂടെ കണ്ടസ്റ്റൻസ് എല്ലാവരും വോട്ടിനപേക്ഷിക്കുമ്പോൾ നിങ്ങൾ പ്രേക്ഷകർ ആകെയൊരു കൺഫ്യൂഷനിലാവുമെന്നറിയാമെന്നതുകൊണ്ടാണ് നേരിട്ടുവന്നു ചോദിക്കുന്നത്. സഹകരിക്കണം.

കണ്ടസ്റ്റന്റ് ടൈമിങ്ങില്ലാതെ കൈകൂപ്പിയശേഷം ബാഗിൽ നിന്നും രണ്ടുമിഠായികളും ഒരു കാർഡുമെടുത്തു തന്നു.

കല്യാണത്തിന് ഫോൺ ചെയ്തോ കത്തയച്ചോ വിളിയ്ക്കുന്നതും നേരിട്ടുപോയി ക്ഷണിക്കുന്നതും തമ്മിൽ അജഗജാന്തരമുണ്ടല്ലോ.

നിങ്ങളൊക്കെ ഇവളുടെ.....ഞാൻ സംശയം പ്രകടിപ്പിച്ചു.

ആരുമല്ല. എംബിഎക്കാരാ പ്രമോഷൻ വർക്ക്. ഒരാൾ നേരു പറഞ്ഞു.

വെള്ളരിമല

ഒറ്റയടിപ്പാതയിലേക്കു ചാഞ്ഞുനിൽക്കുന്ന തെരുവപ്പുക്കളെ വകഞ്ഞു മാറ്റി വെള്ളരിമലയുടെ മുകളിലേക്കവർ കയറിത്തുടങ്ങി. മുൻപ് അവരവിടേയ്ക്ക് പഠനയാത്ര നടത്തിയിട്ടുണ്ട്. അന്നത്തെ രസകരമായ കാര്യങ്ങൾ കിതപ്പിനിടയലും അവൾ അയവിറക്കുന്നുണ്ടായിരുന്നു. എല്ലാം കേട്ട് ഒരു വഴികാട്ടിയെപ്പോലെ അവൻ മുൻപെ നടക്കുകയാണ്. പരീക്ഷ തീരുന്ന ദിവസം അവിടെ പോകണമെന്ന് അവൾ മുൻപ്പ തന്നെ പറഞ്ഞുറപ്പിച്ചതായിരുന്നു.

അവനൊരു ശരാശരി പ്ലസ്ടു വിദ്യാർത്ഥിയും ദുർബ്ബലനുമായിരുന്നു. അവളാകട്ടെ എല്ലാവിധത്തിലും മുൻനിരയിലും ബുദ്ധിമതിയുമായിരുന്നു. അവന്റെ കൂട്ടുകെട്ടിലെ അപാകങ്ങൾ ചൂണ്ടിക്കാണിച്ചും മനോഹരമായ കൈയെഴുത്തിൽ അസൂയപ്പെട്ടും അത് സഹപാഠികളെ കാണിച്ച് അഭിനന്ദനം വാങ്ങിക്കൊടുത്തുമൊക്കെയാണ് അവൾ അവനിലേക്കടുത്തത്. ഒരു വിത്തു മുളയ്ക്കുന്നതു പോലെയോ അല്ലെങ്കിൽ ഒരു പൂ വിരിയുന്നതുപോലെയോ സാവധാനത്തിലായിരുന്നു അത്. പരീക്ഷ കഴിഞ്ഞാൽ അവന്റെ മാതാപിതാക്കൾ കാനഡയിൽ നിന്നെത്തും. മടക്കത്തിൽ അവനെയും കൊണ്ടുപോകും. തുടർപഠനം അവിടെയാക്കുമെന്ന് അവനിൽ നിന്നും അവളറിഞ്ഞിരുന്നു. അതോർത്തപ്പോൾ അവനെ പിടിച്ചുനിർത്തി അവൾ ചോദിച്ചു.

നീയിവിടെയെത്തിയാൽ എന്നെ ഓർക്കുമോ?

എനിയ്ക്കു നിന്നെ മറക്കാൻ കഴിയില്ലെന്നു പറഞ്ഞ് അവനെന്തെങ്കിലും സ്നേഹപ്രകടനം നടത്തുമെന്നും അതിനെ പ്രോത്സാഹിപ്പിച്ച് അവനെ

കൂടുതലായി തന്നിലേക്ക് നിറയ്ക്കണമെന്നും അവൾ ആഗ്രഹിച്ചു. പക്ഷേ ഒന്നുമുണ്ടായില്ല.

ഞാനും നിന്റെ കൂടെ പോരട്ടേ? നടത്തം നിർത്തി തിരിഞ്ഞുനോക്കിയ അവനെ തള്ളി നടത്തി അവൾ തുടർന്നു.

ഞാൻ നഴ്സിംഗിനാ പോവുന്നത്. അതു കഴിഞ്ഞെന്നെ കൊണ്ടുപോയാൽ മതി.

കുന്നിൻ മുകളിലെത്തുന്നതിനു മുൻപുള്ള ചെങ്കൽപ്പാറ കയറി തിരിഞ്ഞു നിന്നവൻ കൈനീട്ടി. അവൾക്ക് മതിപ്പുണ്ടാക്കിയ പെരുമാറ്റമായിരുന്നു അത്. സ്നേഹാർദ്രമായി ചിരിച്ച് അവൾ ആ കൈകളിൽ പിടിച്ചു മുകളിലേക്ക് ഏന്തിക്കയറി. പിന്നെ അവന്റെ തോളിൽ കൈയിട്ട് ചുറ്റുപാടും നോക്കി. ഞങ്ങളിതാ ലോകത്തിന്റെ നെറുകയിൽ എന്നഹങ്കരിച്ച് ചിരിച്ചു.

പക്ഷേ അവരുടെ വരവും കാത്തെന്നപോലെ രണ്ടു പേർ അവിടെ നിൽക്കുന്നുണ്ടായിരുന്നു. കണ്ടുപിടിയ്ക്കപ്പെട്ടതിന്റെ ഉഷ്ണം അവരെ പൊതിഞ്ഞു. അപരിചതരുടെ വന്യഭാവം കണ്ട് അവളവന്റെ പിന്നിലൊളിച്ചു. അവനെ ഭയത്തിന്റെ തെരുവപ്പുല്ലുകൾ തലങ്ങും വിലങ്ങും കീറി മുറിപ്പെടുത്തി.

ഒരു വേട്ടമൃഗത്തിന്റെ വിഹ്വലതയോടെ അലക്ഷ്യമായി ഓടുമ്പോൾ ആ അപരിചരുടെ നോട്ടത്തിന്റെ കാർക്കശ്യം ആ മുറിവുകളിൽ ഉപ്പു പുരട്ടി.

പിന്നെയെപ്പോഴോ കരയിലക്കിളികളുടെ കലമ്പലാണവനെ ഉണർത്തിയത്. ഓട്ടത്തിനിടയിൽ വീണരുണ്ടപ്പോൾ നഷ്ടമായ ബോധം മുഴുവനും അവന് തിരികെ കിട്ടിയിരുന്നില്ല.

ഓർമ്മകൾ സ്ഥാനം തെറ്റിയൊട്ടിച്ച ചിത്രശകലങ്ങളായി അവനിലേക്കു മങ്ങിമങ്ങിയെത്തി. മുറിവുകളുടെ നീറ്റലറിയാതെ ഒരു കുഞ്ഞിന്റെ കാൽനടപ്പോടെ അവൻ നീങ്ങി. ഒരു നിയോഗം പോലെ അവനെത്തിച്ചേർന്നത് അവളെ വേർപെട്ടിടത്താണ്.

വിടർന്ന കത്രിക പോലെ കിടന്നിരുന്ന അവളുടെ മുഖം മുടിയിഴകൾ കൊണ്ടു മൂടിപ്പോയിരുന്നു. നോട്ടം താഴേക്കിറങ്ങിയപ്പോൾ ജീവശാസ്ത്ര പുസ്തകത്തിൽ പഠിച്ച പാഠങ്ങൾക്കു ജീവൻ വെക്കുന്നതായും ഒരു ടെസ്റ്റ്യൂബിലെന്നപോലെ ശരീരത്തിലെവിടെയോ എന്തോ തിളയ്ക്കുന്നതായുമവനു തോന്നി. അനിർവചനീയവും അനുഭൂതി ജന്യവുമായിരുന്നു അത്. ജൈവപരമായ ഉത്തേജനത്താൽ ഉന്മത്തനായ അവന്റെ മനസിൽ നിന്ന് അപ്പോൾ മറ്റെല്ലാം മാഞ്ഞുപോയിരുന്നു.

മണൽക്കാറ്റ് വീശുന്നു

പണി കഴിഞ്ഞു വണ്ടിയിറങ്ങി മുറിയിലേക്കു പോകുമ്പോൾ നൈറ്റ് ഡ്യൂട്ടിക്കിറങ്ങിയ ബാബു പറഞ്ഞു.

നിനക്കൊരു കത്തു വന്നിട്ടൊണ്ട്.

ആരുടെയാ?

അറിയില്ല.

ആരുടെയായാലും കടൽ കടന്നെത്തുന്ന കത്തിന് നാടിന്റെ മണവും സ്നേഹത്തിന്റെ കുളിർമയുണ്ടാവും.

മേശവലിപ്പു തുറന്നപ്പോൾ രണ്ടു കത്തുകൾ. ഒന്ന് തോമ്മാച്ചനുള്ളത്. അത് തുറന്നുവായിച്ചിരിക്കുന്നു. എനിക്കുള്ളതിനു മുകളിൽ അവനെഴുതി വെച്ചത്. ഇങ്ങനെ.

എടാ നിന്റെ കത്തിനുശേഷം എന്റേതു കൂടി വായിക്കണം.

തക്കതായ കാരണമില്ലെങ്കിൽ അവനതു വായിക്കാൻ പറയില്ലല്ലോ.

ഒരു സാധാരണ ഗൾഫുകാരന്റെ സ്വഭാവമായിരുന്നില്ല തോമ്മാച്ചന്റേത്. അവന്റെ ഭിത്തിയിൽ സുന്ദരിമാരുടെ വർണ്ണചിത്രങ്ങളുണ്ടായിരുന്നില്ല. പകരം കുറെ കിളികളാണുണ്ടായിരുന്നത്. പിന്നെ കുട്ടികളുടെ ചിത്രമുള്ള ഒരു കലണ്ടറും.

അശ്ലീലം മണക്കുന്ന ഒഴിവുനേരങ്ങളിൽ തോമ്മാച്ചൻ നിശബ്ദനായിരിക്കും. നീലചിത്രങ്ങൾ ശബ്ദരഹിതമായി പ്രദർശിപ്പിക്കപ്പെടുന്ന വ്യാഴാഴ്ച രാവുകളിൽ അവൻ മുറിയിലുണ്ടാവില്ല. ഉണ്ടെങ്കിൽ തന്നെ ഉറക്കമായിരിക്കും. പ്രണയം സംസാരവിഷയമാവുന്ന നേരങ്ങളിൽ

അവൻ ആരോടെന്നില്ലാതെ പറയും.

ലവ് സ്റ്റാർട്ട് വിത്ത് കിസ് ആൻഡ് എൻഡ് വിത്ത് കിക്ക്. പിന്നെ തെളിവിനായി ചങ്ങാതിമാരുടെ പ്രണയപരാജയ കഥകളും പറയും.

മറ്റെല്ലാവരും അടുത്ത മുറിയിൽ പണത്തിന് ശീട്ടുകളിച്ചുകൊണ്ടിരിയ്ക്കെ ഞങ്ങൾ തനിച്ചായപ്പോൾ അവനൊരു കത്തെടുത്തു തന്നിട്ടു പറഞ്ഞു. ചേച്ചിയുടെ കത്താണ്. ഒന്നു വായിച്ചു നോക്ക്.

പിന്നെ ലില്ലി വന്നിട്ടുണ്ട്. ഇന്നലെ പള്ളിയിൽ വെച്ചു കണ്ടു. നിന്നെ ചോദിച്ചു. സൗദിയിലേക്കു പോയി എന്നു പറഞ്ഞപ്പോൾ ഒന്നും മിണ്ടാതെ കുറെ നേരം നിന്നു. പിന്നെ പറഞ്ഞു, നിന്റെ പേരു പറഞ്ഞ് ഭർത്താവ് അവളെ ഉപദ്രവിക്കാറുണ്ടെന്ന്. ഞാൻ കാരണമാണല്ലോ എല്ലാം സംഭവിച്ചത്. ഞാനാണല്ലോ നിങ്ങളെ പരിചയപ്പെടുത്തിയത്. നിന്റെ വിലാസം ചോദിച്ചു. അവളുടെ സങ്കടം കണ്ടപ്പോൾ കൊടുത്തു പോയി. അവൾ നിനക്കെഴുതിയോ?

***

എടാ നാളെ ഞങ്ങളുടെ കോളേജ് ഡേയാ. നീ വരുന്നോ? ഗ്രേസി ചോദിച്ചു.

ഇല്ല.

അങ്ങനെ പറഞ്ഞെങ്കിലും തോമ്മാച്ചന് പോകണമെന്ന് അദമ്യമായ ആഗ്രഹമുണ്ടായിരുന്നു. സഹോദരി പഠിക്കുന്നത്. വിമൻസ് കോളേജിൽ. അവൻ പഠിക്കുന്നത് മിക്സഡ് കോളേജിൽ. എന്നാലും

കനത്ത പൂന്തോട്ടം കാണാനൊരു കൊതി.

വരുന്നില്ലെങ്കിൽ വേണ്ട. ങാ... ഏതായാലും നീ വിളിച്ചതല്ലേ? മണിയ്ക്കും കൂടി ഒരു പാസ് എടുത്തോ... ഞാനൊറ്റയ്ക്കെങ്ങനാ...

കൈവന്ന അസുലഭമായ നേരത്തിന്റെ മധുരം നുണഞ്ഞ് അവർ ടാക്സിയിൽ തന്നെ കോളേജിനു മുന്നിലെത്തി. പത്രാസ് കുറയ്ക്കരുത ല്ലോ. കാവൽക്കാരനെ പാസ് കാണിച്ച് അലങ്കാരങ്ങൾക്കു നടുവിലൂടെ ഹാളിലേക്കു നടക്കവെ മണി പറഞ്ഞു.

എടാ എന്റെ മുണ്ട് ഊർന്നു പോവുന്നോന്നൊരു സംശയം. ഓരോ ന്നിന്റെ നോട്ടം കണ്ടില്ലേ?

ഹോസ്റ്റൽ ജയിലിൽ കിടന്നു വിർപ്പുമുട്ടുന്നവരാണ്. വിശപ്പുസഹി ക്കാൻ കഴിയാതെ ചാടി വീണേക്കാം.

ഗ്രേസിയെക്കണ്ടപ്പോൾ തോമസ് പറഞ്ഞു. എടീ ഞങ്ങളെ എവി ടെയെങ്കിലും ഒന്നു കൊണ്ടുപോയി ഇരുത്ത്. ആകെയൊരു വിറയൽ.

മിണ്ടാതെ വരുന്നുണ്ടോ? ഗ്രേസി ശാസിച്ചു.

അരികിലെത്തിയ കണ്ണടവെച്ച വളണ്ടിയറെ കണ്ടപ്പോൾ തോമസ് പറഞ്ഞു. ബാഡ്ജിനെന്തൊരു വലുപ്പം. ഒരെണ്ണം കൂടിയുണ്ടെങ്കിൽ മേലു ടുപ്പിന്റെ ആവശ്യമുണ്ടായിരുന്നില്ല.

അവൾ നീരസത്തോടെ തിരിഞ്ഞു നടന്നു.

പരിപാടി കഴിഞ്ഞപ്പോൾ ഗ്രേസി കണ്ണടയേയും കൂട്ടി വന്നിട്ടു പറഞ്ഞു. എടാ ഇതെന്റെ ക്ലാസ്മേറ്റ് ലില്ലി.

കണ്ണടച്ചില്ലിനകത്തുനിന്നും നീണ്ടെത്തിയ കത്തുന്ന നോട്ടത്തെ അവൻ ജാള്യതയോടെ സ്വീകരിച്ചു.

ഗ്രേസിയുടെ പക്കൽ അവളാണാദ്യം അന്വേഷണം കൊടുത്തു വിട്ടത്. പിന്നെയതു പതിവായി.

തോമ്മാച്ചനും ഗ്രേസിയും കൂടി അവളുടെ വീട്ടിൽ പോവുന്നതും ലില്ലി തിരികെ സന്ദർശിക്കാനെത്തുന്നതും പതിവായി.

തോമ്മാച്ചൻ തുടരുകയാണ്.

ഞാനെന്റെ കോഴ്സ് കഴിഞ്ഞ് തൊഴിലന്വേഷിക്കുന്ന കാലം. ഒരു ദിവസം ഗ്രേസി പറഞ്ഞു.

ഞാനിന്ന് ലില്ലീടെ വീട്ടിൽ പോയിരുന്നു. അവൾക്കൊരു കല്യാ ണാലോചന. ഞാനവിടെ നിൽക്കുമ്പോഴാ അവരു പെണ്ണുകാണാൻ വന്നത്. ചെക്കന്റെ മുന്നിലേക്കു പോകില്ലെന്ന് അവൾ വാശിപിടിച്ചു.

ഒടുക്കം അവളുടെ അമ്മ എന്നോടു പറഞ്ഞ് നിർബന്ധിച്ച് ചടങ്ങു നടത്തി. അവളെ ഇറക്കി വിട്ടിട്ടുവേണമത്രെ ആങ്ങളയ്ക്കു കെട്ടാൻ. രണ്ടും കൂടി ഒന്നിച്ചായാലും മതിയെന്നാണ്. അവൾക്ക് നിന്നെ ഇഷ്ടമാണെന്ന് എന്നോട് പറയാതെ പറഞ്ഞിട്ടുണ്ട്. എനിക്കും ഇഷ്ടമാണവളെ.

ഇതിനിടെ അവിടെ ആലോചന മുറുകി. ഒരു ദിവസം അവൾ വീട്ടിൽ വന്നു. ഏറെ നേരം എന്റെ മുറിയിൽ നിശബ്ദയായിരുന്നു. കണ്ണടച്ചില്ലിനു ള്ളിൽ കാർമേഘങ്ങൾ നിറയുന്നതു ഞാൻ കണ്ടു. എന്റെ നെഞ്ചുരുകി. എനിക്കൊരു പണി കിട്ടുന്നതുവരെ പിടിച്ചു നിൽക്കണമെന്നുപറയണ മെന്നുണ്ട്. ആകെയുള്ളത് ഒരേക്കർ ഭൂമിയിൽ നിന്നുള്ള വരുമാനവും അപ്പന്റെ പെൻഷനുമാണ്. ഭൂമി ഞങ്ങളുടെ പഠനാവശ്യത്തിന് പണയത്തിലും. ഗ്രേസിയെ പറഞ്ഞയയ്ക്കണം. ഇതിനെല്ലാമിടയിൽ ഞാനെങ്ങനെ എന്തുചെയ്യാനാണ്?

അവൾ നിശബ്ദം കരഞ്ഞു. പിന്നെ പോകാനെഴുന്നേറ്റ് എന്റെ നെഞ്ചിൽ മുഖമമർത്തി നിന്നു. ശേഷം എന്നിനിന്നുമടർന്ന് കണ്ണട മാറ്റി മിഴി തുടച്ച് ഇറങ്ങിപ്പോയി.

അന്നുരാത്രി അവൾ കൈത്തണ്ട മുറിച്ച് ആത്മഹത്യയ്ക്കു ശ്രമിച്ചു. പോയിക്കാണണമെന്നുണ്ടായിരുന്നു. പക്ഷേ മണി തടഞ്ഞു.

വേണ്ട കാരണക്കാരൻ നീയാണെന്നറിഞ്ഞാൽ പിന്നെയെ ന്തൊക്കെ നടക്കുമെന്നോർക്കണം. അല്ലെങ്കിലും കണ്ടിട്ട് നീയെന്തു ചെയ്യാനാ?

നിസ്സഹായനായി ഞാൻ നിന്നു.

നാലു ദിവസം കഴിഞ്ഞപ്പോൾ അവൾ ആശുപത്രിവിട്ടുവെന്നറി ഞ്ഞു. പിന്നെയുള്ള കാര്യങ്ങളറിയാൻ ശ്രമിച്ചെങ്കിലും നടന്നില്ല. ഗ്രേസി അങ്ങോട്ടുപോകാറില്ല. അവളും കുറ്റക്കാരിയല്ലേ?

പിന്നെയറിഞ്ഞു വന്ന ആലോചന ഒഴിവായെന്ന്. അപ്പോൾ ആശ്വ സിച്ചു. പിന്നെയാണറിഞ്ഞത് അവളെ ബാംഗ്ലൂരുള്ള ബന്ധുവിന്റെ വീട്ടിൽ കൊണ്ടുചെന്നാക്കിയെന്നാണ്. മനസു മാറ്റാനായിരിക്കുമെന്ന് ഗ്രേസി പറഞ്ഞു. മൂന്നു മാസത്തിനുശേഷം തിരികെയെത്തിയ ലില്ലിയെ ഗ്രേസി ഒരു ഞായറാഴ്ച പള്ളിയിൽ വെച്ചു കണ്ടു. അവൾ വിവാഹത്തിന് സമ്മ തിച്ചിരിക്കുന്നു. ചെക്കൻ ബാംഗ്ലൂരാണ്. സംസാരത്തിനിടയിൽ അവൾ പറഞ്ഞത്രെ അവളും ഞാനും തമ്മിൽ അത്രയ്ക്ക് അടുപ്പമൊന്നുമുണ്ടായി രുന്നില്ലെന്ന്.

നാട്ടുവിടാൻ തീരുമാനിച്ചപ്പോൾ ഗ്രേസി പറഞ്ഞു. എന്നെ കെട്ടിച്ചയ ക്കാൻ നീ വിദേശത്തുപോയി കഷ്ടപ്പെടണ്ട. നീ പോയാൽ എനിയ്ക്കാരാ

ഒരു കുട്ട്?

ഞാനാദ്യം വായിച്ചത് അവന്റെ കത്താണ്. തോമ്മാച്ചന് ലില്ലി അയച്ചത്.

ഞാനൊരമ്മയായി. എല്ലാവരും പറയുന്നു അവന് എന്റെ മുഖമാണെന്ന്. ഭർത്താവ് പറയുന്നു കുഞ്ഞിന് നിന്റെ മുഖഛായയാണെന്ന്. നിന്നെ എന്റെ ഭർത്താവ് കണ്ടിട്ടുപോലുമില്ലല്ലോ. അതു കേട്ടപ്പോഴെനിക്കുറപ്പായി എന്റെ തോന്നൽ ശരിയാണെന്ന്. പീഡനങ്ങൾ സഹിച്ച നേരങ്ങളിലും പണ്ട് ഗ്രേസിയോട് ഞാനും നീയും തമ്മിൽ പിരിയാൻ വയ്യാത്ത അടുപ്പമൊന്നുമില്ലെന്നു പറഞ്ഞ നേരങ്ങളിലും ഉണ്ടായ സന്തോഷം എന്നിലിപ്പോഴും ബാക്കി നിൽക്കുന്നു. എനിയ്ക്കോമനിയ്ക്കാൻ നിന്റെ മുഖമുള്ളൊരു കുഞ്ഞ്. ഭർത്താവിന് മറിച്ചു തോന്നാതിരിക്കട്ടെ. നിനക്കു വേദനിച്ചോ? അടക്കാനാവാത്ത സന്തോഷം കൊണ്ട് എഴുതിപ്പോയതാണ്. നന്മയോടെ ലില്ലി.

ഒരു മഴയുടെ ഓർമ്മയ്ക്ക്

ഡെയ്സി ഓർക്കുകയായിരുന്നു. ഇതേപോലെ മഴയുള്ള ഒരു രാത്രിയാണ് രമേശൻ നനഞ്ഞു കുതിർന്നു കയറി വന്നത്. കതകിൽ തട്ടി വെപ്രാളത്തോടെ അയാൾ വിളിച്ചു.

ടീച്ചർ....

തിടുക്കപ്പെട്ടു വാതിൽ തുറന്ന അമ്മയ്ക്കു പിന്നാലെ തിണ്ണയിലേക്കിറങ്ങിയപ്പോൾ കണ്ടത് കിതച്ചു നിൽക്കുന്ന അയാളെയാണ്.

രാഷ്ട്രീയ വൈരാഗ്യത്തിന്റെ പേരിൽ നടന്ന ഒരു ആക്രമണത്തിൽ നിന്നും രക്ഷപ്പെട്ടെത്തിയതാണ് അയാളന്ന്.

പ്രതിപക്ഷത്തെ പ്രബലകക്ഷിയുടെ വിദ്യാർത്ഥി വിഭാഗം ജില്ലാ നേതാവായിരുന്നു. ലോ കോളേജ് വിദ്യാർത്ഥിയായിരുന്നു. അമ്മയുടെ പഴയ ശിഷ്യനും സഹപ്രവർത്തകയുടെ മകനുമായിരുന്നു.

രാത്രി തന്നെ നേതാവിനെ തേടി പ്രവർത്തകരെത്തി. ഈ സമയത്തു പോകേണ്ടെന്ന് അമ്മ തടഞ്ഞു. പക്ഷേ അയാൾ സഹപ്രവർത്തകരോടൊപ്പമിറങ്ങി.

അപ്പോൾ അമ്മ പറഞ്ഞു. എന്റെയും നിങ്ങളുടെയും രാഷ്ട്രീയ കാഴ്ചപ്പാടുകൾ വേറെയാണ്. പക്ഷേ ഒന്നുണ്ട്. എല്ലാ ദർശനങ്ങളും പ്രത്യയശാസ്ത്രങ്ങളുമുണ്ടായത് മനുഷ്യനു ശേഷമാണ്. മനുഷ്യനാണ് വലുത്. ഞങ്ങൾ അദ്ധ്യാപകരുടെ പൊതു സ്വഭാവമാണ് ഉപദേശം. അതു കേട്ട് നിങ്ങളുടെ തീരുമാനം മാറ്റണ്ട. എനിയ്ക്കു ശരിയെന്നു തോന്നിയതാണ് ഞാൻ ചെയ്തത്.

പിന്നീട് പലയിടത്തുവെച്ചും കണ്ടു. അമ്മയെക്കുറിച്ചും തന്റെ പഠനത്തെക്കുറിച്ചുമൊക്കെ താല്പര്യത്തോടെ ചോദിച്ചറിഞ്ഞു പിരിഞ്ഞു.

വ്യത്യസ്തമായ രാഷ്ട്രീയ കാഴ്ചപ്പാടുകളായിരുന്നു രമേശനും മാതാപിതാക്കൾക്കുമുണ്ടായിരുന്നത്. കുടുംബ ബന്ധത്തിന്റെ ഇഴപ്പൊരുത്തത്തെ അത് കുറച്ചൊക്കെ ബാധിക്കുന്നുമുണ്ടായിരുന്നു. പണ്ട് ആ ആക്രമണശേഷം വീട്ടിൽ വെച്ച് അമ്മ ഇക്കാര്യം പറയുകയും ചെയ്തു.

പ്രസ്ഥാനമാണ് വലുതെന്ന നിന്റെ വിചാരണമാണ് കാരണം.

അവർക്കും ആ വിചാരങ്ങൾ തന്നെയല്ലേ ഉള്ളത്? അയാൾ മറുചോദ്യമെറിഞ്ഞു.

ഒരിക്കൽ കണ്ടപ്പോൾ രമേശൻ പറഞ്ഞു. മറ്റൊന്നും തോന്നരുത്. ഇത്തിരി കാശുതന്ന് ഡെയ്സി എന്നെയൊന്നു സഹായിക്കണം. ജില്ല സമ്മേളനമാണ് വരുന്നത്.

തനിയ്ക്ക് സ്വകാര്യ സ്ഥാപനത്തിലാണെങ്കിലും തരക്കേടില്ലാത്ത ശമ്പളമുള്ള ജോലി ശരിയാക്കിത്തന്നത് രമേശനാണല്ലോ. അതുകൊണ്ടായിരിക്കാം മറ്റൊന്നും തോന്നരുതെന്നു പറഞ്ഞു തുടങ്ങിയത്. എപ്പോഴോ തനിയ്ക്കു വേണ്ടപ്പെട്ട ഒരാളാണ് രമേശനെന്ന് തോന്നിത്തുടങ്ങിയിരുന്നു. അമ്മ അറിഞ്ഞും അറിയാതെയും പല തവണ സഹായിച്ചു.

അമ്മയ്ക്ക് കാര്യങ്ങളെന്തൊക്കയോ മണത്തു തുടങ്ങിയിരിക്കണം. ഒരിക്കൽ പറഞ്ഞു മോളെ അവനെ സ്നേഹിക്കരുതെന്നു പറയാൻ ഞാനില്ല. പക്ഷേ അവൻ നിറം മാറുന്ന കൂട്ടത്തിലാണ്. ആ വർഗ്ഗത്തിന്റെ പ്രതിനിധിയാണവൻ.

അമ്മയുടെ താല്പര്യക്കുറവിനെക്കുറിച്ചു സൂചിപ്പിച്ചപ്പോൾ രമേശൻ പറഞ്ഞു. എല്ലാ രാഷ്ട്രീയപ്രവർത്തകരെയും പോലെയാണോ നീയെന്നെ കാണുന്നത്? അടുത്ത മാസം സംസ്ഥാന സമ്മേളനമാണ്. അതിന്റെ തിരക്കൊന്നു കഴിഞ്ഞോട്ടെ. ഞാനങ്ങോട്ടു വരുന്നുണ്ട്.

സമ്മേളനം കഴിഞ്ഞു. രമേശൻ സംസ്ഥാന നേതാവായി. കൂടിക്കാഴ്ചകളുടെ ഇടവേളയ്ക്കു നീളം കൂടിത്തുടങ്ങി.

ഭരണകക്ഷികൾക്കിടയിലെ ഭിന്നിപ്പിന്റെ മൂർധന്യത്തിൽ പ്രതിപക്ഷം കൊണ്ടുവന്ന അവിശ്വാസപ്രമേയം ഒരിടക്കാല തിരഞ്ഞെടുപ്പിനു വഴിയൊരുക്കി. രമേശൻ സ്വന്തം മണ്ഡലത്തിൽ മത്സരിക്കുന്നുവെന്നറിഞ്ഞപ്പോൾ, പ്രചാരണ വാഹനങ്ങൾ നിരത്തിലൂടെ ഒച്ച വെച്ചു പാഞ്ഞുപോയപ്പോൾ വോട്ടു ചോദിക്കാൻ വരുമെന്നു കരുതി. പക്ഷേ വന്നില്ല.

രമേശൻ നിയമസഭയിൽ ഭൂരിപക്ഷ കക്ഷിയിലെ അംഗമായി.

അപ്പോഴും അത്മാർത്ഥമായി കരുതി സന്തോഷം പങ്കിടാനെങ്കിലും വരുമെന്ന്. വന്നില്ല. തെക്കുള്ള ഏതോ വ്യവസായിയുടെ മകളെ വിവാഹം കഴിച്ചുവെന്ന് പത്രത്തിൽ കണ്ടപ്പോൾ യാതൊന്നും തോന്നിയതുമില്ല. എല്ലാം മുൻകൂട്ടിയറിഞ്ഞതുപോലെ മനസു ശാന്തമായിരുന്നു.

അവൻ അവന്റെ വർഗ്ഗത്തിന്റെ തനിനിറം കാണിച്ചു. ഉയരങ്ങളിലേക്കു കയറാൻ ആരെങ്കിലുമൊക്കെ എന്തെങ്കിലുമൊക്കെ ചവിട്ടുകല്ലാകണം. അമ്മ പറഞ്ഞു.

വൈകാതെ നടന്ന മന്ത്രിസഭാവികസനം അയാൾക്ക് വീണ്ടും ഉയർച്ചയിലേക്കുള്ള ഏണിപ്പടിയായി. നാളെ മന്ത്രിയായി സത്യപ്രതിജ്ഞ ചെയ്യുകയാണ്.

പുറത്ത് മഴ പെയ്തൊഴിഞ്ഞിരുന്നു. മരമഴയുടെ നേർത്ത മർമ്മരവുമായെത്തിയ കാറ്റ് ഒരു സാന്ത്വനം പോലെ ഡെയ്സിയെ തലോടി.

മുനീറ

ഏറെ നാളുകൾക്കുശേഷം എന്താണാവോ ഒരു കത്തെഴുതാൻ തോന്നിയത്? കുട്ടികൾ ചോദിക്കാറുണ്ടായിരുന്നു. സോമൻ മാഷുടെ വിവരമുണ്ടോയെന്നൊക്കെ. മാഷ് പോയ ആയിടയ്ക്ക് ഫസ്റ്റ് ഇയർ ഡിഗ്രിക്കായിരുന്നു ഏറെ സങ്കടം. അവരെ സെക്കന്റ് ലാംഗ്വേജിന് ജയിപ്പിക്കാമെന്നേറ്റയാൾ ഒളിച്ചോടിയത്രേ. അവിടത്തെ വിശേഷങ്ങളെന്തൊക്കെ. മാഷിപ്പോഴൊരു പാചക വിദഗ്ധനായി ക്കാണുമല്ലോ. മിക്ക ഗൾഫുകാരും ഭക്ഷണമുണ്ടാക്കുന്ന കാര്യത്തിൽ ഭാര്യയ്ക്കു മീതെയായിരിക്കുമെന്ന് കേട്ടിട്ടുണ്ട്. വരുന്ന പെണ്ണിന്റെ ഭാഗ്യം.

പിന്നെ മുനീറയെ ചോദിച്ചല്ലോ. സത്യത്തിൽ അവളെക്കുറിച്ചറിയാ നല്ലേ ആഗ്രഹം. അവൾ പ്രസവിച്ചു.

മുനീറ.

മനസിന്റെ അകത്താളുകളിൽ സൂക്ഷിച്ചുവെച്ച, മാനം കണ്ടപ്പോൾ മരിച്ചുപോയ ഒരു മയിൽപ്പീലിത്തുണ്ട്. വലിയ കണ്ണുകളും കൈത്തണ്ട നിറയെ രോമങ്ങളുമുള്ള, പ്രീഡിഗ്രി ഒന്നാം കൊല്ല ക്ലാസിൽ മുന്നിലെ ബഞ്ചിൽ ഇടത്തെയറ്റത്തിരുന്ന മുനീറ. ആ സീറ്റ് അവൾക്ക് കുടുംബ സ്വത്തുപോലെയായിരുന്നു. ഒരിക്കലവൾ അതിനുവേണ്ടി വഴക്കുണ്ടാ ക്കുക വരെ ചെയ്തു.

മുനീറ ഇന്ന് പിന്നിലിരിയ്ക്ക്

മാണ്ട. ആടെ ഇര്ന്നാ യ്ക്ക് മാഷെ സരിയ്ക്കു കാണാമ്പൈഷ്ഷല.

അവളെന്തു പറഞ്ഞാലും കുട്ടികൾക്കതു തമാശയായിരുന്നു.

ഒടുക്കം മുൻസീറ്റു തന്നെ കിട്ടിയപ്പോൾ അവൾ കൈത്തലങ്ങൾ

കൊണ്ടു മുഖം താങ്ങി ചിരിച്ചു. പത്താം ക്ലാസ് വരെ അവൾക്ക് ഒന്നാം ഭാഷ അറബിയായിരുന്നു. അതുകൊണ്ടാവണം ഭാരതീയ ഇതിഹാസ കഥകൾ കേൾക്കാൻ അവൾക്കേറെ താൽപര്യം. കവിതകളിൽ ഉണ്ടാവാറുള്ള പുരാണ പരാമർശങ്ങൾ പറഞ്ഞ്, വിശദമായി പിന്നൊരിക്കൽ എന്നു പറഞ്ഞൊഴിയുമ്പോൾ അവൾ പരിഭവിക്കും. അയിന്റെ മുന്നും പിന്നും ഒന്നു പറ മാഷേ. ഹൗ മാഷടെയൊരു പത്രാസ്

അപ്പോഴൊക്കെ മുനീറയോട് ദേഷ്യം തോന്നിയിട്ടുണ്ട്. പക്ഷേ അതു നിറവേറ്റിക്കൊടുക്കുമ്പോൾ വല്ലാത്തൊരു സംതൃപ്തി മനസിൽ നിറയുന്നതായും തോന്നിയിട്ടുണ്ട്.

മാഷക്ക് ഈ അവർ ഫ്രീയാണോ? പുഷ്പ ടീച്ചർ ചോദിച്ചു.

അതെ.

എന്നാ ഞാൻ മാഷക്കൊരു പണി തരാം. ടീച്ചർ സാരിമടക്കിൽ കൈകടത്തി ഒരു സേഫ്റ്റി പിന്നെടുത്ത് കൈവവിരൽ കാണിച്ചു പറഞ്ഞു. ഈ ആരൊന്നെടുത്തു തന്നേ..

വിരലിൽ കുത്തിക്കയറിയ പനമ്പിന്റെ തുണ്ട് സൂക്ഷ്മതയോടെ എടുക്കുമ്പോൾ ചോദിച്ചു. വേദനിക്കുന്നുണ്ടോ?

ഏയ് ഇല്ല. മാഷല്ലേ എടുക്കുന്നത്. പാരലൽ കോളേജുകളൊക്കെ ഇങ്ങനെ പനമ്പുകൊണ്ടു മറച്ചതാകണം. ഓട്ടയുണ്ടാക്കി നോക്കാം ആരെടുക്കാം അങ്ങനെ എന്തെല്ലാം സുഖമുള്ള പ്രയോജനങ്ങൾ.

അപ്പോഴാണ് മുനീറ വന്നത്.

എന്തേ?

ചോക്കു മാണം.

ക്ലാസിലെ ആവശ്യത്തിന് ഓഫീസിലേക്കു വരേണ്ട എല്ലാ അവസരങ്ങളും അവൾക്കവകാശപ്പെട്ടതാണ്. പറഞ്ഞു തീരുന്നതിനു മുൻപെ ഇറങ്ങിയോടും. ചോക്കെടുക്കുന്നതിനിടയിൽ അവൾ നീരസത്തോടെ ചോദിച്ചു.

ബാക്കി ള്ളോലൊക്കെ ഏടെ?

അതറിഞ്ഞിട്ട് അവൾക്കെന്തു കാര്യമെന്നും എന്തിനാണവളങ്ങനെ ചോദിച്ചതെന്നും എനിയ്ക്ക് ബോധ്യമായത് പിന്നെയാണ്. ക്ലാസെടുക്കാനിറങ്ങിയപ്പോൾ പ്രിൻസിപ്പാൾ ഒരു കടലാസ് തന്നു. പതിവുള്ളതാണ്. ഫീസടയ്ക്കാത്തവരുടെ ലിസ്റ്റ്.

അതിൽ മുനീറയുണ്ടായിരുന്നു.

ങ്ങളെന്റെ ഫീസൊന്നു കൊട്ടുക്വോ മാഷേ? ങക്ക് പെരുത്ത് സമ്പ ളുണ്ടല്ലോ.

ഞാൻ പൊതിച്ചോറുമായി വരുന്നത് ഹോട്ടലിലെ ഭക്ഷണം മോശമായതു കൊണ്ടുമാത്രമാണെന്നായിരിക്കും അവളുടെ ധാരണ. ഇവർക്കൊക്കെ യഥാസമയം ഫീസുകൊടുത്താലെന്താ? അതവിടെ ചെന്നാലല്ലേ എനിയ്ക്കുള്ളത് പ്രിൻസിപ്പാളിനു തരാൻ കഴിയൂ? കഴിഞ്ഞ മാസത്തെ ശമ്പളം തന്നെ പകുതി കുടിശ്ശികയാണ്. ഇങ്ങനെ പോയാൽ...

ചായകുടിയ്ക്കാൻ കുട്ടൂസയുടെ മക്കാനിയിലേക്കു നടക്കവെ മുന്നിൽ മുനീറ

മാഷെ ഞാൻ നേർത്തെ തമാസ പറഞ്ഞതല്ല. ങളോടു ചോയ്ച്ചാ കിട്ടുന്നു തോന്നി. കൂലി കിട്ടുമ്പോ മടക്കിത്തരാ.

എന്തു കൂലി?

അടയ്ക്ക പൊളിച്ചേന്റെ.

മനസ് കാറ്റത്തിട്ട പുസ്തകമായി. സെയിൽസ്മാൻ, പത്രവിതരണ ക്കാരൻ, ട്യൂഷൻമാസ്റ്റർ, മൊസേക്ക് പണിക്കാരൻ,

പിന്നെ ഫൈനോടുകൂടി അവസാന തീയതി ഫീസടക്കുന്നവൻ.

എത്രമാസത്തെയുണ്ട്.?

രണ്ടുമാസത്തെ.

ശരി ഞാൻ കൊടുത്തോളാം.

പിറ്റേന്ന് പുഷ്പ ടീച്ചറിൽ നിന്നും നൂറുരൂപ കടംവാങ്ങി അതു നിറവേറ്റി. കൂലിപ്പണിയെടുത്തും പഠിക്കാനെത്തുന്ന അവളുടെ താല്പര്യം ഇല്ലാതാ വരുത്. ഒരാഴ്ച കഴിഞ്ഞപ്പോൾ മുനീറ ഓഫീസിലെത്തി. അപ്പോൾ ആരുമുണ്ടായിരുന്നില്ല.

എന്തേ?

ബാപ്പ സുഖല്ലാണ്ട് ആസ്പത്രീലായീനു. ങക്കു തെരാൻ ബെച്ച കായ് ആടെ കൊടുത്ത്. അതോണ്ട്...

ഞാൻ ചോദിച്ചില്ലല്ലോ.

ന്നാലും കടം വാങ്ങീത്...

ബാപ്പക്കെങ്ങനെയുണ്ട്?

സുഖണ്ട്.

അവൾ പോകാൻ മടിച്ചുനിന്നു.

മറ്റാരുക്കെങ്കിലുമാണേല് ങ്ങള് കായ് കൊടുക്വായീനാ?

കൊടുക്കും.

ല്ല. ഞാനായോണ്ടു തന്നതല്ലേ?

നിനക്കെന്താ പ്രത്യേകത?

ഹൃദയത്തിലേക്കെത്തുന്ന ഒരു നോട്ടം തന്ന് അവൾ പറഞ്ഞു- അദ് ങ്ങള് ങ്ങളോടു തന്നെ ചോയ്ക്ക്.

മുനീറ ക്ലാസിലുണ്ടെങ്കിൽ പറഞ്ഞറിയാക്കാനാവാത്ത ഒരു ഉത്തേജനമുണ്ട് ക്ലാസെടുക്കാൻ. ആ വലിയ കണ്ണുകളിലെ ജിജ്ഞാസയാണോ കാരണം? അതോ ആ കണ്ണിലെ തിളക്കമോ?

ശനിയും ഞായറും കടന്നത് വളരെ മെല്ലെയാണെന്നു തോന്നി. തിങ്കളാഴ്ച രാവിലെ ബെൽ ശബ്ദം കേൾക്കാൻ കാത്തുനിന്നു. പണ്ടില്ലാതിരുന്ന ഒരു സങ്കോചം. വിദ്യാർത്ഥികളുടെ നോട്ടത്തിനു മുന്നിൽ ചൂളിപ്പോകുമോ എന്ന ഭയം.

ആദ്യം നോട്ടമെത്തിയത് ഒന്നാം നിരയിൽ ഇടത്തെയറ്റത്തേക്കാണ്. ഇല്ല. ആകെയൊരു ആശ്വാസം. പിന്നെ നിരാശ.

മുൻപൊക്കെ പീരിയഡിന് നീളം കുറവാണെന്നു തോന്നിയിട്ടുണ്ട്. പക്ഷേ ഇപ്പോൾ... എങ്ങനെയോ ഒരു മണിക്കൂർ തള്ളിവിട്ടു.

പുഷ്പ ടീച്ചർ ചോദിച്ചു - എന്താ മാഷേ?

ആകെയൊരു മൂഡ്ഓഫ്.

പിറ്റേന്നും മുനീറ വന്നില്ല. എങ്ങനെയൊക്കയോ ക്ലാസ്സ് തീർത്ത് പുറത്തിറങ്ങിയപ്പോൾ ബിന്ദു പിന്നിൽ നിന്നു വിളിച്ചു. മാഷേ ഇന്നലെ പറയാൻ ന്നോട്ടു മറന്ന്വേട്ടോ. മുനീറ നാളെ വരുംന്ന് പറയാമ്പറഞ്ഞു. അവൾടെ വീട്ടിൽ ആരൊക്കയോ വന്നൂത്രെ. അവളുടെ അസാന്നിധ്യം എന്നെ നിരാശപ്പെടുത്തുമെന്ന് അറിഞ്ഞതുകൊണ്ടാണോ അങ്ങനെ പറഞ്ഞയച്ചത്?

പിറ്റേന്ന് ക്ലാസ്സിൽ മുനീറയുണ്ടായിരുന്നു. പ്രസന്നതയില്ലാത്ത മുഖം. ആകെയൊരു വിളർച്ച. കൺതടങ്ങളിൽ ക്ഷീണം കറുപ്പ് തേച്ചിരിക്കുന്നു. ക്ലാസിലവൾ ശ്രദ്ധിക്കുന്നുണ്ടായിരുന്നില്ല. ഏതൊക്കെയോ വിചാരങ്ങളിൽ ഒഴുകി നടക്കുന്നതുപോലെ. ഇടയ്ക്കൊക്കെ അവൾ തന്ന നോട്ടങ്ങൾക്ക് എന്തൊക്കെയോ അർത്ഥങ്ങളുണ്ടായിരുന്നു.

ഉച്ചയ്ക്ക് അവൾ ഓഫീസിലെത്തി. വരാനൊരു കാരണവും കണ്ടെത്തിയിരുന്നു. മറ്റെല്ലാവരും എഴുതിത്തന്നുകഴിഞ്ഞ ക്ലാസ് പരീക്ഷയുടെ ഉത്തരക്കടലാസ്.

എന്താ കഴിഞ്ഞ ദിവസങ്ങളിൽ ക്ലാസ്സിൽ വരാതിരുന്നത്?

അത് ങ്ങളറിയണ്ട...

കല്യാണാലോചനയായിരുന്നോ?- ഞാൻ തമാശയായി ചോദിച്ചു.

അല്ല മൊയി ചൊല്ലല്- തട്ടത്തിന്റെ തുമ്പെടുത്തു മാറിലേക്കിട്ടവൾ പറഞ്ഞു.

അരിശപ്പെടേണ്ട. രണ്ടുദിവസം കാണാത്തതു കൊണ്ടു ചോദിച്ചതാ.

ന്നെ കാണാഞ്ഞ് ങ്ങക്ക് ബെസമമായോ?

അവളുടെ കണ്ണുകളിൽ രണ്ടു ദീപങ്ങൾ തെളിഞ്ഞു വരുന്നതു ഞാൻ കണ്ടു. കൺതടങ്ങളിലെ കറുപ്പ് മായുന്നതായും.

നഷ്ടപ്പെട്ട പ്രസന്നത വീണ്ടെടുത്ത് അവൾ ക്ലാസിലേക്കു പോയി.

ഒരു ദിവസം പുഷ്പ ടീച്ചർ പറഞ്ഞു.

ഞാനൊരു കാര്യം ചോദിച്ചാ മാഷ് സത്യം പറയ്യോ?

എന്തേ?

മുനീറ രണ്ടു മൂന്നു തവണ മാഷെയന്വേഷിച്ച് വന്നിരുന്നു. എന്തിനാണെന്നു ചോദിച്ചിട്ടു പറഞ്ഞില്ല. ഒരു പന്തികേടുപോലെ. മുനീറ്ക്ക് മാഷോടെന്തോ....

ഇടയ്ക്കുകയറി പറഞ്ഞു. ഏയ്....അങ്ങനെയൊന്നുമുണ്ടാവില്ല. ടീച്ചർ വെറുതെ...

ശരിയായിരിക്കും. പക്ഷേ മാഷക്കറിയോ ആ കുട്ടി മാരീഡാ. ഈയിടെയാ ഞാനറിഞ്ഞത്. ഒരു കൊല്ലം കഴിഞ്ഞത്രെ. അവൾക്കിഷ്ടമില്ലായിരുന്നു. പഠിക്കണം എന്നു വാശി പിടിച്ചു. അതിന് അനുവദിച്ചപ്പോൾ പാതിമനസ്സോടെ സമ്മതിച്ചതാ. അവൻ വയനാട്ടിലെവിടെയോ ഡ്രൈവറാ. ഇപ്പോ എന്തൊക്കെയോ പ്രശ്നങ്ങളുണ്ടെന്നാ കേട്ടത്. അവനൊഴിവാക്കിയതായും കേൾക്കുന്നു.

അവരുടെ പ്രശ്നമിപ്പോൾ കേസിലാ. പാവം കുട്ടി. സമയം പോലെ മറുപടി അയയ്ക്കുക. വല്ലപ്പോഴുമൊക്കെ വിദേശരാജ്യത്തു നിന്നും ഒരു കത്ത് എന്നെത്തേടി വരുന്നത് ഒരു വെയ്റ്റാ. നിർത്തട്ടെ മാഷെ. സൗഹൃദപൂർവ്വം പുഷ്പ.

കൗണ്ട് കുറവാണത്രെ

കുടുംബശ്രീ യോഗം കഴിഞ്ഞു.

ഇനി അജണ്ടയിൽപെടാത്ത കാര്യങ്ങൾ.

കണ്ടതും കേട്ടതുമായ ഏതു വിഷയത്തെപ്പറ്റിയും ഈ ശൂന്യവേളയിൽ സംസാരിക്കാൻ അംഗങ്ങൾക്ക് അനുവാദവും അവകാശവുമുണ്ടെന്നകാര്യം വിസ്മരിക്കരുത്. അല്ലെങ്കിൽ പിന്നെ എന്തു ജനകീയാസൂത്രണം.

അലക്സ് - സോഫി ദമ്പതികൾക്കു കുട്ടിയുണ്ടാവാത്തതായിരുന്നു ഒരു ഗ്രൂപ്പിന്റെ ചർച്ചാവിഷയം. മോളി പറഞ്ഞു- അലക്സിന് കൗണ്ട് കുറവാണെന്നാ ഡോക്ടർ പറഞ്ഞത്.

കേട്ടവർക്ക് അതിന്റെ സാങ്കേതികത മനസിലായില്ല. എന്താണതെന്നു ചോദിക്കാൻ അവരുടെ വിദ്യാഭ്യാസ ബോധം സമ്മതിച്ചതുമില്ല. ആരെങ്കിലും ചോദിച്ചിരുന്നെങ്കിൽ മോളി കുടുങ്ങിയേനെ.

ഒരാൾ പ്രതികരിച്ചതിങ്ങനെയാണ്-അലക്സ് അത്യാവശ്യം സംസാരിക്കുന്നയാളാണല്ലോ. സോഫിയും മോശമില്ല. ഒട്ടും സംസാരിക്കാത്തവർക്കും കുട്ടികളുണ്ടാവുന്നുണ്ട്. പിന്നെ... ?

മറ്റൊരാൾക്കിതു കേട്ടിട്ട് നാണം വന്നു. മോളിയോട് നീരസവും. സംഗതി ശരിയാണെങ്കിലും രാത്രിയിലെ കാര്യങ്ങളൊക്കെ ഇങ്ങനെ വെളിപ്പെടുത്തിപ്പറയാമോ?

കൗണ്ട് എന്നത് സൗണ്ട് എന്നു തെറ്റിദ്ധരിച്ചാൽ അവരൊക്കെ പിന്നെ എങ്ങനെ പ്രതികരിക്കണം?

പൈങ്കിളി

ഏഴ് പുരോഹിതൻമാർ, വനവഴിയിലൂടെ യാത്ര ചെയ്യുമ്പോൾ ഒരു കാട്ടുകള്ളൻ പ്രത്യക്ഷപ്പെട്ട് അവരുടെ പക്കലുള്ള ധനം അപഹരിയ്ക്കാൻ ശ്രമിച്ചു.

നീയി പാപകർമ്മം ചെയ്യുന്നതെന്തിനാണ്?

എന്റെ കുടുംബം പുലർത്താൻ.

അവർ നിന്റെ പാപത്തിൽ പങ്കാളികളാവുകയില്ലേ?

അറിഞ്ഞു കൂടാ.

എങ്കിൽ അവരോടു പോയി ചോദിച്ചു വരിക. അതുവരെ ഞങ്ങളിവിടെ നിൽക്കാം.

അവൻ പോയപ്പോൾ പുരോഹിതന്മാർ പ്രതിരോധത്തെക്കുറിച്ചാലോചിച്ച് ചില തീരുമാനങ്ങളെടുത്തു.

സങ്കടവും പശ്ചാത്താപവുമായി മടങ്ങി വന്ന അവനെ അവർ ആശ്വസിപ്പിച്ചു. പാപപരിഹാരാർത്ഥം രണ്ടുമരങ്ങൾ ചൂണ്ടിക്കാണിച്ച് അവയ്ക്കിടയിലിരുന്ന് മരാ മരാ എന്നു ജപിക്കാനുപദേശിച്ച് അവർ യാത്ര തുടർന്നു.

മാർഗ്ഗമദ്ധ്യേ ഒരു കുടിലിന്റെ മുറ്റത്ത് സുന്ദരിയായ ഒരു കാട്ടുപെണ്ണിനെ അവർ കണ്ടു. ജൈവപരമായ ആവേശത്തോടെ അവർ അവളെ സമീപിച്ചു. വശ്യമായി ചിരിച്ച് ഓരോരുത്തരായി വരിക എന്നു പറഞ്ഞ് അവൾ നിതംബമിളക്കി കുടിലിനുള്ളിലേക്കു കയറി.

അവൾക്കു പിന്നാലെ പോകാൻ തിടുക്കപ്പെട്ട ഒരാളെ പിന്നിൽ നിന്നും വിളിച്ച് മറ്റൊരാൾ എന്തോ പറഞ്ഞു. അവർ തമ്മിലുള്ള സംസാരം മുറുകിയപ്പോൾ മറ്റുള്ളവരും അതിൽ ഇടപെട്ടു. ക്രമേണ അത് ഉച്ചത്തിലായി. പ്രായക്കൂടുതലും നേതൃത്വപദവിയും മുൻപരിചയവും ചെയ്ത യാഗങ്ങളുടെ എണ്ണവുമൊക്കെ മുൻഗണനാ യോഗ്യതയായി ഓരോരുത്തരും അവകാശപ്പെട്ടു. അത് തർക്കത്തിലേക്കും കൈക്കരുത്തിലേക്കുമൊക്കെ നീങ്ങുമെന്നായപ്പോൾ അവൾ കാണാമറയത്തു നിന്നുകൊണ്ട് അവർക്കിടയിലേക്ക് ആയുധങ്ങളെറിഞ്ഞുകൊടുത്തു. അതു കൈവശപ്പെടുത്തിയവർ ദൈവത്തിന്റെ വരദാനമാണെന്നു കരുതി തികഞ്ഞ ആത്മവിശ്വാസത്തോടെ മറ്റുള്ളവരെ നേരിട്ടു. കർമ്മദോഷം. അവരുടെ ആത്മാക്കൾ പുതിയ കൂടുതേടി പറന്നുപോയി.

അവൾ അടക്കാനാവാത്ത സംതൃപ്തിയോടെ അവരുടെ ഭാണ്ഡങ്ങളിലെ സ്വർണ്ണനാണയങ്ങൾ ശേഖരിച്ച് ഭർത്താവിനുവേണ്ടി അക്ഷമയോടെ കാത്തിരുന്നു.

നേരമിരുട്ടിയിട്ടും കാണായ്കയാൽ അന്വേഷിച്ചു പോയ അവൾ മരങ്ങൾക്കിടയിലിരുന്നു പിറുപിറുക്കുന്ന അയാളെ കണ്ടെത്തി. നടന്ന കാര്യങ്ങൾ കൈമാറി കുടിലിൽ മടങ്ങിയെത്തി. ആർഭാട ജീവിതത്തിനിടയ്ക്ക് ലോകക്ഷേമത്തിനായി അയാളൊരു പൈങ്കിളി നോവലെഴുതാൻ തീരുമാനിച്ചു.

ജയചന്ദ്രിക

ഞങ്ങൾ നാലു ബിരുദ വിദ്യാർത്ഥികൾ. സ്കറി, തോമസ്, ഞാൻ, പിന്നെ ജയചന്ദ്രൻ. റെയിൽവേ ഗേറ്റിനടുത്തുള്ള വാടകവീട്ടിൽ ഒരേ അടുപ്പു നൽകുന്ന ഭക്ഷണം കഴിച്ച് ഒരേ ലോകത്തു ജീവിക്കുന്നു.

പാചക ഡ്യൂട്ടി വീതിച്ചു നൽകിയിട്ടുണ്ട്. രാവിലത്തെ ഡ്യൂട്ടി എനിയ്ക്കാണ്. ഒരു തിങ്കളാഴ്ച ഞാനുണർന്നത് മണ്ണെണ്ണ സ്റ്റൗവിന്റെ ചീറ്റൽ കേട്ടുകൊണ്ടാണ്. അടുക്കളയിലേക്കു ചെന്നപ്പോൾ ജയചന്ദ്രൻ ചായയുണ്ടാക്കുന്നു. ഞാൻ സോറി പറഞ്ഞു.

സാരമില്ല. സമയമാവുമ്പോൾ ഞാൻ വിളിയ്ക്കാം. പഠിക്കാനുള്ളത് നോക്ക്.

ഞാൻ വൈകിയതിന്റെ അമർഷമായിരിക്കും ആ പ്രതികരണമെന്നു കരുതി.

പിറ്റേന്ന് ആറുമണിക്കു തന്നെ ഞാനുണർന്നു. അപ്പോഴവൻ സ്റ്റൗവിൽ മണ്ണെണ്ണയൊഴിക്കുന്നതാണു കണ്ടത്. എന്നോടവൻ കയർത്തു.

നിന്നോടല്ല ഇന്നലെ പറഞ്ഞത് എന്തെങ്കിലും പഠിച്ചോളാൻ.

അന്നു തന്നെ മറ്റൊരു സംഭവം കൂടിയുണ്ടായി. അത്താഴവും അവൻ തന്നെ തയ്യാറാക്കുന്നു. സ്കറിയ ചെയ്യേണ്ടതാണ്. എന്തെങ്കിലും പറഞ്ഞാൽ അവൻ അരിശപ്പെട്ടുമെന്നു കരുതി ഞങ്ങൾ മൗനികളായി. അപ്പോൾ അടുക്കളയിൽ പാത്രങ്ങൾ കലമ്പുന്നു. പിന്നാലെ ഒരുത്തനെങ്കിലും വന്നൊന്നു സഹായിക്കുക ണ്ടേഹെ.എന്ന നീരസവും.

തോമസ് കാബേജെടുത്ത് കഴുകാൻ തുടങ്ങിയപ്പോൾ അവൻ തടഞ്ഞു. വേണ്ട ഞാൻ ചെയ്തോളാം.

ഇപ്പോഴിപ്പോൾ അവനാരെയെങ്കിലും വിളിച്ചുണർത്തുന്ന ശബ്ദം കേട്ടാണ് ഞങ്ങളുണരുന്നത്. അടുക്കള മേശയിൽ മൂന്നു ഗ്ലാസ് ചായ ഉണ്ടായിരിക്കും.

നീ കുടിച്ചോ? ഒരു നാൾ സ്കറിയ ചോദിച്ചു.

ഞാൻ കുടിച്ചോളാം.

കുടുംബസ്വത്ത് ഗ്ലാസ് വകയിൽ നാലെണ്ണമാണ്. പിന്നെയെന്തിനവൻ പിന്നെയാക്കുന്നു?

പാത്രം കഴുകലും അവനിപ്പോൾ പൂർണ്ണമായും ഏറ്റെടുത്തിരിക്കുന്നു. ഞങ്ങൾ ഇടപെടാറില്ല. എന്തിനൊരു കലഹം?

ഒരു ദിവസം വീടിനു പിന്നിലെ ലേഡിസ് ഹോസ്റ്റലിന്റെ ടെറസിൽ ഉണക്കാനിട്ടിരിക്കുന്ന വസ്ത്രങ്ങൾ നോക്കി നിന്ന ജയചന്ദ്രനെ സ്കറി പിന്നിലൂടെ ചെന്നു കെട്ടിപ്പിടിച്ചു. അവനാകെ ചൂടായി. കരച്ചിലിന്റെ വക്കോളമെത്തി. മുറിയിൽ കയറി കതകടച്ചു. പല തവണ വിളിച്ചിട്ടും അവൻ മിണ്ടുകയോ കതകു തുറക്കുകയോ ചെയ്തില്ല. സ്കറിയയോട് മൂന്ന് ദിവസമവൻ മിണ്ടിയതേയില്ല. എന്നാൽ അടുക്കള കാര്യങ്ങൾ മുഴുവനായും അവൻ ചെയ്തു തീർക്കുകയും ചെയ്തു.

കോളേജിലവനിപ്പോൾ ആൺ സുഹൃത്തുക്കളോട് അധികം സംസാരിക്കാറില്ല. മിക്കപ്പോഴുമവനെ ജയന്തിയുടെ മൂന്നംഗസംഘത്തോടൊപ്പം കാണാം. ഒന്നിച്ച് മരത്തണലിലും അരഭിത്തിയിലുമിരിക്കുന്നു, കാന്റീനിൽ പോകുന്നു. അവനാണ് പലപ്പോഴും ബില്ലെടുക്കുന്നതെന്നും ഞങ്ങളറിഞ്ഞു.

വൈകുന്നേരം ഹോസ്റ്റലിലേക്കു നോക്കി കഥകളി മുദ്രകൾ കാണിച്ച തോമസിനെ അവൻ തടഞ്ഞു.

അപ്പോൾ നീ കഴിഞ്ഞ ദിവസം നോക്കി നിന്നതോ?

നോക്കിനിന്നതല്ലേയുള്ളൂ? കൈയാംഗ്യമൊന്നും കാണിച്ചില്ലല്ലോ?

സിനിമയിലെ പെൺകരച്ചിൽ അവനെയിപ്പോൾ അസ്വസ്ഥനാക്കുന്നുണ്ട്. മൂക്കുപിഴിഞ്ഞ് കസേരയ്ക്കടിയിൽ തുടയ്ക്കുന്നതു കണ്ടുപിടിച്ചത് തോമസാണ്. പടം കണ്ടു തിരിച്ചെത്തിയാൽ പിന്നെ അവനാകെ മൗനിയാണ്.

കോളേജിൽ ചാക്കോ, സുധയെ പ്രണയിച്ചു തുടങ്ങിയപ്പോൾ പഴയ കാമുകിയായ മറീനയാകെ സങ്കടത്തിലായി. അവൾ അവന്റെ

സഹപാഠികൂടിയായിരുന്നു.

അവനന്ന് ഉച്ചഭക്ഷണം കഴിച്ചില്ല.

പാവം മറീന....അവളെ ഉപേക്ഷിക്കാൻ അവനിതെങ്ങനെ തോന്നി?

അവൻ പല തവണ അമർഷപ്പെട്ടു. പിറ്റേന്ന് ഞങ്ങളറിഞ്ഞു മറീന ആത്മഹത്യക്കു ശ്രമിച്ചെന്ന്. അവനാകെ അസ്വസ്ഥനായി.

രോഗം വന്നതിനുശേഷം ചികിത്സിക്കുന്നതിലും നല്ലത് അതും വരാതെ നോക്കുന്നതാ. എപ്പോഴാ അവൻ പറയുന്നതു കേട്ടു.

രാത്രി മുൻവാതിലടയ്ക്കാൻ ചെന്നപ്പോൾ ജയചന്ദ്രൻ ജനലിലൂടെ പുറത്തേക്കു നോക്കി നിൽക്കുന്നതു ഞാൻ കണ്ടു.

നീ കിടക്കുന്നില്ലേ?

ഒരു ദീർഘ നിശ്വാസത്തിനുശേഷം അവൻ മുറിയിലേക്കു പോയി.

അവനെ ഒരു ഡോക്ടറെ കാണിക്കണമെന്നും അതെങ്ങനെ സാധിക്കണമെന്നും ഞങ്ങൾ മൂവരും ഗൗരവമായി ആലോചിച്ച് ചില പോംവഴികൾ കണ്ടെത്തിയിരുന്നു.

പക്ഷേ പിറ്റേന്നു കാലത്ത് ഞങ്ങളെ വിളിച്ചുണർത്തിയത് കാക്കകളാണ്. റെയിൽപ്പാളത്തിനരികിൽ കൂടിനിൽക്കുന്നയാളുകളുടെ തലയ്ക്കുമുകളിലൂടെ വട്ടമിട്ടു പറക്കുന്ന കാക്കകൾ. കാര്യമറിയാൻ ഞങ്ങൾ തിടുക്കത്തിൽ പുറത്തേയ്ക്കിറങ്ങവെ ഒരു ഞെട്ടലോടെ ഞങ്ങൾക്കു ബോധ്യമായി ജയചന്ദ്രൻ കൂടെയില്ലെന്ന്.

രണ്ടു സ്വപ്നങ്ങൾ

അയാളെന്നെ നേരിട്ടത് ഒരു കഠാരയുമായാണ്. അതു കണ്ടപ്പോൾ എനിയ്ക്ക് ഭയത്തിന്റെ രോമാഞ്ചമുണ്ടായി. ശരീരത്തിൽ ഇളം മരവിപ്പായി ഇഴജന്തുക്കൾ ഒഴുകി.

ഇറച്ചിയിൽ കത്തി കുത്തിക്കയറ്റുമ്പോഴത്തെ കിറുകിറുപ്പ് ഞാൻ പലതവണ കേട്ടു. ആത്മരക്ഷാർത്ഥമുള്ള എന്റെ പലായനം അവസാനിച്ചത് ഒരു മരുഭൂമിയിലാണ്.

ഉഷ്ണവും തളർച്ചയും എന്നെ വീഴ്ത്താൻ ശ്രമിച്ചു. പെട്ടെന്ന് ഞാനൊരു കൽപ്രതിമയായി. പിൻതുടർന്നു വന്ന അയാൾ എന്നെ ചാരിനിന്നു കിതച്ചു. പിന്നെ ഞാനെന്ന ശിലയിൽ കത്തിയുരച്ച് മൂർച്ചകൂട്ടി.

എവിടെയോ ഒരു വെടിയൊച്ച. പിന്നെയതിന്റെ ആവർത്തനങ്ങൾ. അതു കേട്ടപ്പോൾ എന്റെ ശിലാവസ്ഥ ഇല്ലാതായി. പ്രാണനും കൊണ്ട് വീണ്ടും ഓടുന്നതിനിടയിൽ ഞാനൊന്നു തിരിഞ്ഞുനോക്കി. അയാളതാ ഒരു കൽപ്രതിമയായി നിൽക്കുന്നു.

ഞാൻ ഓടുകയാണ്

തീവണ്ടി എന്നെ ഓടിയ്ക്കുകയാണ്.

അതിന്റെ നെറ്റിയിലെ തീക്കണ്ണിന്റെ തീഷ്ണത എന്നെ ഒരേസമയം പൊള്ളിയ്ക്കുകയും വഴികാട്ടുകയും ചെയ്യുന്നു.

പാളത്തിന്റെ ഇരുവശത്തുമുള്ള ഇരുട്ടിലേക്ക് മറഞ്ഞ് രക്ഷപ്പെടാൻ ഞാൻ തീവ്രമായി ആഗ്രഹിച്ചു. പക്ഷേ അവിടത്തെ ഇരുട്ട് എന്നെ ഭയപ്പെടുത്തിക്കൊണ്ടിരിക്കുന്നു. ശരീരം തളരുന്നു. ആനുപാതികമായി തീവണ്ടിയുടെ കനൽ കണ്ണും മങ്ങി വരുന്നു. ഇപ്പോൾ എങ്ങും ഇരുട്ടുമാത്രം.

പെട്ടെന്ന് ഒരു തേൻകുരുവി എന്നെ കൊത്തിയെടുത്തു പറന്നുയർന്ന് പുളിമരത്തിലെ കൂട്ടിൽ വെച്ചു. ഞാനപ്പോഴൊരു മുട്ടയായി. കിളി അതിന്റെ ചിറകുകൾ കൊണ്ടെന്നെ പൊതിഞ്ഞു.

ഭാഗ്യക്കുറി

പത്തുമുപ്പതുകൊല്ലം പഴക്കമുള്ള വീടൊന്നു പുതുക്കിപ്പണിയണം. മകളെ കെട്ടിച്ചയക്കണം. ബാങ്കിലുള്ള ആധാരമെടുക്കണം. അല്ലറ ചില്ലറ പുറംകടങ്ങൾ വീട്ടണം. അക്ഷയ ലോട്ടറി ഫലം ഇന്നത്തെ പത്രത്തിൽ കാണുമല്ലോ. നോക്കാം.

ഒന്നാം സമ്മാനം 65 ലക്ഷം എറണാകുളം, പോട്ടെ രണ്ടാം സമ്മാനം രണ്ടുലക്ഷം.

പുറം കടമെങ്കിലും തീർക്കാമല്ലോ. കോട്ടയം, മലപ്പുറം, കണ്ണൂർ, ഓ... കോഴിക്കോടുണ്ട്. ചെ... ഒരെണ്ണമെടുക്കാമായിരുന്നു. വേറെയുമുണ്ടല്ലോ. പൗർണ്ണമി, സ്ത്രീശക്തി... അതിനൊരു നാല്പതു രൂപയുണ്ടാവണം. അതെവിടന്നു കിട്ടും?

തീർത്ഥും ജൈവവശം

ആപ്പീസിലെ പണികഴിഞ്ഞ് മൂപ്പര് തീവണ്ടി കയറി വീട്ടിലെത്തുമ്പോൾ ഒരു നേരമാകും. മടുത്തിട്ടുണ്ടാകും. പിന്നെ കുളികഴിഞ്ഞ് അത്താഴവും കഴിച്ച് ടിവി കണ്ടുകിടന്നുറങ്ങും. എന്തൊരുറക്കമാണെന്നോ? കൂർക്കംവലിയുടെ കാര്യം പറയാനുമില്ല. ഞാനാണെങ്കിൽ എഫ്ബിയിലും യൂട്യൂബിലുമൊക്കെ ചുറ്റിക്കറങ്ങും. തോന്നിയാൻ അവനെ വിളിച്ചുവരുത്തും. എഫ്ബിയിൽ നിന്നു കിട്ടിയതാ... മിടുക്കനാ...

***

രാവിലെ അഞ്ചുമണി. മൊബൈൽ അലാറിയ്ക്കുന്നു. മൂത്രപ്പുരയിൽ കയറിയിറങ്ങി അടുക്കളയിലേക്കൊരോട്ടം. അവിടത്തെ പണി തീർത്ത് ബസിന്റെ പിന്നാലെയൊരോട്ടം. ആപ്പീസിൽ നിന്നു വന്നാലോ തുടയ്ക്കൽ, അലക്കൽ ഇത്യാദി. ഇരുട്ടിയാൽ പരമ്പരകളുടെ അലക്കൽ കാണാൻ ടെലിവിഷനു മുന്നിൽ. അത്താഴം, ഉറക്കം.

അവൾ മടുത്തു തുടങ്ങിയിരിക്കുന്നു. അത്യാവശ്യം ഷുഗറും പ്രഷറുമൊക്കെയുള്ളയാളാണേ. അതിനാൽ എന്റെ സ്നേഹാദ്രമായ നിർബന്ധത്തിനു വഴങ്ങി, അവളുടെ വ്യവസ്ഥയും പരിഗണിച്ച് മദ്ധ്യവയസു കഴിഞ്ഞ ഒരു സ്ത്രീയെ സഹായത്തിനു കിട്ടി. എല്ലാം കണ്ടറിഞ്ഞു ചെയ്തോളും മിടുക്കിയാ.,

ശാന്തിപർവം

അതിരാവിലെ അച്ഛനവനെ വിളിച്ചുണർത്തിപ്പറഞ്ഞു.

അച്ഛൻ മരിച്ചു.

ഉണർവ്വിന്റെ ആലസ്യത്തിൽ കേട്ടതു സത്യമോ സ്വപ്നമോ എന്നു വേർതിരിയ്ക്കാനാവാതെ അവൻ കുറച്ചുനേരം അച്ഛന്റെ മുഖത്തേക്കു തന്നെ നോക്കികിടന്നു. അപ്പോൾ വിശ്വസിപ്പിക്കാനെന്നോണം വീണ്ടും പറഞ്ഞു.

നിന്റെ വല്ല്യപ്പൻ പോയി.

പെട്ടെന്ന്, ചോദിക്കേണ്ടതും ചെയ്യേണ്ടതുമൊക്കെ അവൻ മറന്നു പോയി. കാരണം അവനെപ്പോഴൊക്കെയോ ആഗ്രഹിച്ചതാണ് നടന്നത്. തിടുക്കം ഭാവിച്ച് അവനെഴുന്നേറ്റ് വല്ല്യപ്പന്റെ മുറിയിലേക്കു നടന്നു.

വാർദ്ധക്യത്തിന്റെയും വിസർജ്ജ്യത്തിന്റെയും സമ്മിശ്രഗന്ധം ആ മുറിയിലുണ്ടായിരുന്നു. കട്ടിലിനരികിൽ അമ്മയും അനുജനും വേലക്കാരി യുണ്ടായിരുന്നു. വേവലാതിയോടെ അവനാദ്യം നോക്കിയത് അവരുടെ മുഖത്തേയ്ക്കാണ്. അമ്മയുടെ കണ്ണിൽ സങ്കടത്തിന്റെ മങ്ങലല്ല, ആശ്വാ സത്തിന്റെ തെളിമയാണ് കണ്ടത്. വേലക്കാരിയുടെ കണ്ണുകൾ അവന്റെ മനസിന്റെ ആഴത്തിലേയ്ക്ക് കുത്തിക്കയറുകയും ചെയ്തു.

അവന്റെ നോട്ടം എങ്ങുമുറയ്ക്കാതെ തെന്നിമാറിക്കൊണ്ടിരുന്നു. മാത്ര മല്ല അവിടെനിന്നു എങ്ങനെയും പുറത്തുകടക്കാനുള്ള സാധ്യതയെക്കുറിച്ച് വിചാരപ്പെടുകയും ചെയ്തു. അപ്പോൾ അച്ഛൻ പറഞ്ഞു. നീ പോയി മോഹ നനെയൊന്നു വിളിച്ചോണ്ടുവാ.

ആ മുറിയിൽ നിന്നും പുറത്തേക്കിറങ്ങാൻ വഴി തുറന്നതിൽ ആശ്വാസം തോന്നിയെങ്കിലും മറ്റൊരു വിചാരം അവനെ വശക്കേടിലാക്കി. ചാവറിയ്ക്കാൻ തന്നെയായിരിക്കുമോ പറഞ്ഞു വിട്ടുന്നത്? അപ്പോഴൊക്കെ കാണിയ്ക്കേണ്ട വിഷാദത്തിന്റെ ഭാരം അവനിൽ ആശങ്കയായി പുകഞ്ഞു.

അയൽവീടിന്റെ മുറ്റത്തുചെന്ന് അവൻ മോഹനനെ വിളിയ്ക്കുകയും വാതിൽ തുറന്നെത്തിയ അവന്റെ നോട്ടത്തിന് കഴിയുന്നത്ര ദൈന്യത കലർത്തി മറുപടി കൊടുക്കുകയും ചെയ്തു.

മടക്കത്തിൽ അവർക്കിടയിൽ മൂകതയുടെ ഇരുട്ട് പരന്നു കിടന്നു. ദീർഘനിശ്വാസമെടുത്ത് അവൻ ചോദിച്ചു.

നീയെന്തെങ്കിലും ചെയ്തോ?

പറമ്പുപണിയ്ക്കിടയിൽ വല്ല്യപ്പനുണ്ടാകുന്ന പുകിലിനെപ്പറ്റി സംസാരിച്ച ഏതോ നേരത്ത് അമർഷത്തോടെ അവൻ പറഞ്ഞുപോയി. അറ്റകൈയ്ക്ക് ഞാനെന്തെങ്കിലും ചെയ്യുമെന്ന്. പക്ഷേ...

വയസായതിന്റെ എല്ലാ അവശതകളും പിടിവാശികളും വല്ല്യപ്പനുണ്ടായിരുന്നു. ഇടതുവശം തളർന്ന് കിടപ്പിലായപ്പോൾ മലമൂത്രവിസർജ്ജനം നടത്താൻ സ്റ്റൂളിന്മേൽ ഒരുക്കിയ പാത്രം മുറിയിൽ വെച്ചിട്ടുണ്ട്. പക്ഷേ വിചാരിക്കാത്ത നേരത്ത് അതു നടക്കും. അപ്പോൾ അങ്ങനെയല്ലെന്നറിയിക്കാൻ അതു വാരി സ്റ്റൂളിലെ കുഴിയൻ പാത്രത്തിലിടും.

കൈ കഴുകാൻ പുറത്തുള്ള കക്കൂസിലേക്കു പോകുമ്പോൾ അതൊക്കെ താങ്ങുവടിയിലും ഭിത്തിയിലും പറ്റിപ്പിടിയ്ക്കും. മുറിയും ഭിത്തിയും എത്ര കഴുകി വൃത്തിയാക്കിയാലും എത്ര പറഞ്ഞാലും പിന്നെയും അതു തന്നെ ചെയ്യും. ഭക്ഷണം കഴിക്കുമ്പോൾ ചില നേരത്ത് മൂക്കിൽ കൂടിയും വായിൽ കൂടിയും ശ്വാസം ഒരേസമയം പുറത്തേക്കു വരും. അപ്പോൾ ഭക്ഷണം ചുറ്റും തെറിച്ചുവീഴും. അതു തിന്നാനെത്തുന്ന കോഴികൾക്ക് വല്ല്യപ്പൻ ചോറുവാരി നിലത്തിട്ടുകൊടുക്കും. ചെയ്യരുതെന്നു പറയുമ്പോൾ സംസാരശേഷി ഇല്ലാതായതിനാൽ ചിരിയും കരച്ചിലും കൂടിക്കുഴഞ്ഞ ഒരു പ്രതികരണം ലഭിയ്ക്കും.

ആയ കാലത്ത് വല്ല്യപ്പനൊരു കരുത്തനായിരുന്നു. രണ്ടാളുടെ പണിയെടുക്കും. വൈകീട്ട് മീനാക്ഷിയുടെ വീട്ടിലെത്തി വാറ്റുചാരായം കുടിച്ച് അവരുടെ മാദകത്വം തൊട്ടുനക്കി അരുചി മാറ്റി കവലയിലേക്കൊരു പോക്കാണ്. ആരോടെങ്കിലുമൊക്കെ ഒന്നും രണ്ടും പറഞ്ഞുടക്കി. ചിലപ്പോൾ രണ്ടെണ്ണം കൊടുത്ത് തിരികെ വരും. ഇതിന്റെ പേരിൽ അവന്റെ അച്ഛനും വല്ല്യപ്പനും തമ്മിൽ വഴക്കിടാറുണ്ടായിരുന്നു. പിന്നെ

കുറച്ചുദിവസത്തേക്ക് വല്ല്യപ്പൻ അച്ചടക്കത്തോടെ കഴിയും. വീണ്ടും പഴയ ആളാകും.

മറ്റൊരു ബാല്യകാല ഓർമ്മ കൂണുപോലെ അവനിൽ മുളച്ചു. രാത്രി വല്ല്യമ്മയുടെ 'ജാരനെ' കണ്ടുപിടിയ്ക്കാൻ കൈദൂരത്തൊരു കമ്പിക്കഷണവും വെച്ച് മണ്ണെണ്ണവിളക്കിന്റെ തിരിതാഴ്ത്തി കാത്തിരിക്കുന്ന വല്ല്യപ്പൻ. വല്ല്യപ്പനെ ശകാരിയ്ക്കുന്ന അച്ഛന്റെ ശബ്ദം കേട്ടു ഞെട്ടിയുണരുന്ന അവൻ ഉറക്കം കനപ്പിച്ച കൺപോളകൾ വലിച്ചുതുറന്ന് വല്ല്യപ്പന്റെ തലയ്ക്കൽ നിന്നുയരുന്ന ചുരുട്ടിന്റെ പുകവലയങ്ങളെയും വിളക്കിന്റെ നാളത്തിനു ചുറ്റിലുമായി കാണുന്ന മഞ്ഞവൃത്തത്തെയും നോക്കികിടക്കുമായിരുന്നു.

തിണ്ണയിൽ തെക്കുവടക്കായി പായ വിരിച്ചു. മോഹനനും അച്ഛനും ചേർന്ന് ദുർഗന്ധമുള്ള കൈലിമാറ്റി ശരീരം ഡെറ്റോൾ കൊണ്ടു തുടർച്ച വൃത്തിയാക്കി വെളുത്ത മുണ്ട് ധരിപ്പിച്ചു. കട്ടിലിൽ നിന്നും പായയിലേക്കെറക്കിയപ്പോൾ അവനും സഹായിക്കേണ്ടി വന്നു. ഒരു മരക്കഷണമെടുത്തു മാറ്റുന്ന വികാരമാണ് അവനപ്പോൾ തോന്നിയത്.

എന്താണ് താനിത്ര നിർവികാരനായിത്തീർന്നതെന്ന് അവൻ സ്വയം ചോദിച്ചു. കുട്ടിക്കാലത്ത് അച്ഛനോ അമ്മയോ അടിയ്ക്കാനൊരുങ്ങുമ്പോൾ വല്ല്യപ്പന്റെ പിന്നിലൊളിച്ചാണ് രക്ഷപ്പെട്ടിട്ടുള്ളത്. വിഷുവിന് പടക്കം വാങ്ങാനും പൊട്ടിക്കാനും പൂത്തിരി കത്തിക്കാനും അവനു കൂട്ടായിരുന്നത് വല്ല്യപ്പനാണ്. ഓണത്തിന് പുഴയരികിൽ നിന്നും വെട്ടിയെടുത്ത അത്തിമ്പിൽ വള്ളികൊണ്ട് ഊഞ്ഞാലുകെട്ടി തന്നിട്ടുണ്ട്. പുറത്തു കയറ്റി ആന കളിച്ചിട്ടുണ്ട്. എന്നിട്ടും ഒരു ശത്രുവിനെപ്പോലെ താനെന്തേ ആ വ്യക്തിയുടെ മരണം ആഗ്രഹിച്ചു.? വാതരോഗിയായ, സംസാരശേഷി നഷ്ടപ്പെട്ട ഒരാളുടെ ദൈന്യത അനുഭവിച്ച മടുത്തതുകൊണ്ടാണോ? വീട്ടിലേക്കുവരാൻ താല്പര്യപ്പെട്ട ചങ്ങാതിമാരെ അതുമിതും പറഞ്ഞു പിൻതിരിപ്പിക്കാൻ കാരണമായതിന്റെ വിരോധമോ? അതല്ല....

വിവരമറിഞ്ഞ വല്ല്യമ്മ കട്ടിലിരുന്ന് തേങ്ങിക്കരയുകയാണ്. അവ്യക്തമായി എന്തൊക്കെയോ പുലമ്പുന്നുമുണ്ട്. എല്ലാം ദൈവഹിതം എന്നും മറ്റും പറഞ്ഞ് മോഹനൻ അവരെ സമാധാനിപ്പിക്കുകയാണ്. കരച്ചിലിനിടയിൽ വല്ല്യമ്മയ്ക്ക് ശ്വാസംമുട്ടൽ കൂടി. അരോചകമായ സ്വരത്തിലവർ ശ്വാസമെടുക്കാൻ പാടുപെടുന്നു. അമ്മ പുറം തിരുമ്മിക്കൊടുത്തു. പിന്നെ മൈസൂർ വായുഗുളികയ്ക്കൊപ്പം കരച്ചിൽ ചവച്ച് കട്ടിലിൽ ചുരുണ്ടുകിടന്നു.

മോഹനാ നീ ചെന്നാ കർമ്മിയെ ഒന്നുവിളിച്ചോണ്ടുവാ അച്ഛൻ പറഞ്ഞു. പോകുംവഴി ചാവറിയിക്കേണ്ട വീടുകളും പറഞ്ഞു. ആ

നിയോഗം തന്നിൽ നിന്നു നീങ്ങിക്കിട്ടിയതിൽ സമാധാനിച്ച് അവൻ പുറത്തേക്കു നടന്നു.

ദേ അച്ഛൻ വിളിയ്ക്കുന്നു അടുക്കളക്കാരി ജനലിൽക്കൂടി പറഞ്ഞു.

വശം തളർന്ന് പരസഹായമോ താങ്ങുവടിയോ ആവശ്യമായിരുന്ന കാലത്തും മുറി വൃത്തിയാക്കാൻ ചെല്ലുന്ന അവരെ വല്ല്യപ്പൻ കൊതിയോടെ നോക്കിയിരുന്നു. സ്വന്തം നഗ്നത കാണിച്ച് ഉറക്കം നടിച്ചു കിടന്നിരുന്നു. ഒരിക്കൽ സ്വാധീനമുള്ള കൈകൊണ്ട് അവരെ വലിച്ചടുപ്പിച്ചുവെന്നും പിന്നീട് കരുതലോടെ മാത്രമേ അടുത്തു ചെന്നിട്ടുള്ളൂവെന്നും അവരൊരു രാത്രിയിൽ പറഞ്ഞതോർക്കുന്നു. അവളുടെ മടിയിൽ രതിയുടെ ആലസ്യത്തിൽ കിടന്നു കൊണ്ടാണ് അവനതു കേട്ടത്.

രാത്രി പതിവുപോലെ ഓടാമ്പലിടാത്ത വാതിൽ ഒച്ചയുണ്ടാക്കാതെ തുറന്നടച്ച് അവന്റെ കട്ടിലിരുന്നവൾ പറഞ്ഞു. എനിക്കവിടെ കിടക്കാന് പേടിയാ.

ചായ്പ്പിൽ ഒറ്റയ്ക്കു കിടക്കാൻ പേടികാണും. അതിനടുത്തുണ്ടാക്കിയ മറയ്ക്കുള്ളിൽ വെച്ചാണ് കുറച്ചു മുൻപ് വല്ല്യപ്പനെ കുളിപ്പിച്ചത്. അതിനപ്പുറത്താണ് മറവുചെയ്യുത്.

എന്നാലും വേണ്ടിയിരുന്നില്ല. ഇന്നലെ വൈകുന്നേരം തൊഴുത്തിലെ ഓലമറയ്ക്കിടയിൽ വെച്ചിരുന്ന നെല്ലിനുള്ള വിഷമരുന്ന് എടുത്തുനോക്കുന്നതു ഞാൻ കണ്ടു.

അവന്റെ ശരീരമാകെ ഒരു ഉഷ്ണപ്പാച്ചിലുണ്ടായി.

മൂത്രമൊഴിക്കാൻ തൊഴുത്തിനരികിലെ തന്റെ പതിവു സ്ഥലത്തേക്കു ചെന്നപ്പോൾ അച്ഛൻ അതെടുത്തു നോക്കുന്നതും തന്നെ കണ്ടപ്പോൾ തികയുമായിരിക്കും, നാളെ മരുന്നു തളിയ്ക്കണമെന്നു പറഞ്ഞതും അവന്റെ ഓർമ്മയിലെത്തി.

വേറൊരു കാര്യം കൂടിയൊണ്ട് അവൾ തുടർന്നു പറഞ്ഞു ഇന്നലെ എല്ലാവരും ഉച്ചമയക്കത്തിലായിരുന്നപ്പോ വല്ല്യപ്പനും അവിടെയന്തോ തെരയുന്നതു കണ്ടാരുന്നു. ചക്കമടൽ പുൽത്തൊട്ടിയിലിടാൻ ചെന്നപ്പോഴാ കണ്ടത്. എന്നെ കണ്ടതും കണ്ണടച്ചു കാണിച്ചു. അപ്പോൾ മൂപ്പർക്കു നല്ല ആരോഗ്യമുള്ളതുപോലെ തോന്നി. കൈയിൽ താങ്ങുവടിയുണ്ടായിരുന്നില്ല.

അവളുടെ കൈകൾ ചേർത്തുപിടിച്ച് അവനൊന്നു ദീർഘമായി നിശ്വസിച്ചു. അപ്പോൾ അവന് അതിനുമാത്രമേ കഴിയുമായിരുന്നുള്ളൂ.

●

www.ingramcontent.com/pod-product-compliance
Lightning Source LLC
LaVergne TN
LVHW040813051026
849519LV00007BA/2617
* 9 7 8 9 3 9 1 0 0 6 4 2 6 *